ஹீரோ பேனா !

AF669090

சுஜாதா நடராஜன்

ISBN 979-888530174-9

ஹீரோ பேனா

சுஜாதா நடராஜன்

Notion press

Book publisher in chennai

No. 8, 3rd cross street,

CIT Colony,

Malapore, chennai,

Tamilnadu - 600 004

பொருளடக்கம்

முன்னுரை

ஹீரோ பேனா... இன்று எல்லாமே டிஜிட்டல் மயமாக மாற தொடங்கிவிட்டது. எழுதுகோலின் தேவை குறைந்து விட்-டது . பால் பாயின்ட் பேனாக்களின் வரத்தும் அதிக அளவில் உள்ளது. அதனால் இங்க் பேனாக்களின் தேவை வெகுவாக குறைந்து விட்டது. ஆனால் ஒரு காலத்தில் இங்க் ஒழுகாத... காதிதத்தில் மையை இழுக்காத... பட்டை-யான எழுத்தை தராத ஹீரோ பேனா வைத்திருப்பது என்பது சொல்லில் அடக்காத தகுதியாக இருந்தது. அப்பேனா வைத்திருப்பவரை கண்டு வியந்து... அவனிடம் ஹீரோ போனா இருக்கு டா... என்று அதிசயமாக கூறுவது வெகு இயல்பான விஷயம். எப்படியாவது அதை வாங்கி விட வேண்டும் என்று ஏங்க வைக்கும் ஆற்றல் கொண்டது ஹீரோ பேனா. அதன் பளபளப்பும்.. சிறு முள்ளின் நேர்த்தியும்... இங்கை உறுஞ்சி பேனாவை நிறைக்கும் நேர்த்தியான வடிவமைப்பும்.. கண்டு ஆசை கொள்ளாத மாணவர்கள் இருப்பது அறிது. அந்த பேனா மீது தீராத ஏக்கம் கொண்டு.. அதை அடைய போராடிய மாணவனின் கதையே இக்கதை களம்.

நன்றி

1

ஹீரோ பேனா !

அத்தியாயம் - 1

ஹீரோ பேனா... இன்று எல்லாமே டிஜிட்டல் மயமாக மாற தொடங்கிவிட்டது. எழுதுகோலின் தேவை குறைந்து விட்டது . பால் பாயின்ட் பேனாக்களின் வரத்தும் அதிக அளவில் உள்ளது. அதனால் இங்க் பேனாக்களின் தேவை வெகுவாக குறைந்து விட்டது. ஆனால் ஒரு காலத்தில் இங்க் ஒழுகாத... காகிதத்தில் மையை இழுக்காத... பட்டையான எழுத்தை தராத ஹீரோ பேனா வைத்திருப்பது என்பது சொல்லில் அடக்காத தகுதியாக இருந்தது. அப்பேனா வைத்திருப்பவரை கண்டு வியந்து... அவனிடம் ஹீரோ போனா இருக்கு டா... என்று அதிசயமாக கூறுவது வெகு இயல்பான விஷயம். எப்படியாவது அதை வாங்கி விட வேண்டும் என்று ஏங்க வைக்கும் ஆற்றல் கொண்டது ஹீரோ பேனா. அதன் பளபளப்பும்.. சிறு முள்ளின் நேர்த்தியும்... இங்க்கை உறுஞ்சி பேனாவை நிறைக்கும் நேர்த்தியான வடிவமைப்பும்.. கண்டு ஆசை கொள்ளாத மாணவர்கள் இருப்பது அறிது. அந்த பேனா மீது தீராத ஏக்கம் கொண்டு.. அதை அடைய போராடிய மாணவனின் கதையே இக்கதை களம்.

"கதிரு.. கதிரு.. எழுந்திரி கண்ணு. நேரமாகுது பாரு. பள்ளிக்கூடத்துக்கு போகனும் இல்ல... எழுந்திரி. " என்று கூவியபடியே அவனை எழுப்பிக்கொண்டு இருந்தாள் வடிவு.

எட்டுக்கு எட்டு சதுரடி இல்லம். அதில் ஒரு பக்கம் கரி அடுப்பு எரிந்து கொண்டு இருந்தது. அதில் கஞ்சி சாதம் தயாராகி கொண்டு இருக்க... அதை கிளறிய படியே தன் மகனை எழுப்பிக் கொண்டு இருந்தாள்.

"ஏடேய்... பையா... இன்னும் எழும்பலையா ? " என்ற கடுங்குரல் கேட்க... அரண்டு புரண்டு எழுந்தான் கதிர்.

அவன் பயத்துடன் விழித்துக்கொண்டு அமர்ந்திருப்பதை கண்ட வடிவு... "கண்ணு.. போய் மூச்சி கழுவிட்டு வா... டீயும் வரிக்கியும் தரேன். " என்றாள்.

அவன் எழுந்து செல்ல... வாயிலை அடைத்தபடி நின்றிருந்த அவன் தந்தை ராசு... நகர்ந்து வழி விட்டார்.

"ஏன் புள்ள... இத்தனை நேரமா புள்ளையே தூங்க விடுவே... " என்று வசைப்பட.

"புள்ள நல்லா தூக்கிச்சு மாமா. இராத்திரி எல்லாம் புழுக்கத்தில் புரண்டுக்கிட்டே இருந்துச்சு... அதுதேன்.. " என்றவள் ஒரு குவளை தேநீரை அவனிடம் நீட்டாள்.

"புள்ளயே சொன்னா.. பதில் பேச வந்திடு. " என்ற ராசு... அந்த குவளையை வாங்கிக்கொண்டு வெளியே இருந்த சிறிய குட்டுச்சுவரில் அமர்ந்தான்.

வெளியே வடிவு பாத்திரம் தேய்க்கவும் , துணி துவைக்கவும்.. ஒரு பாத்திரத்தில் நீர் ஊற்றி வைத்திருக்க... அதில் முகத்தை கழுவிய கதிர்... வாயை கொப்பளித்து விட்டு... வீட்டின் உள்ளே நுழைந்தான்.

"ஏடேய்.. பையா.. இத்தனை நேரம் தூக்கறது குடும்பத்துக்கு நல்லதில்ல... எழுப்பினா சட்டுன்னு எழுந்து பழகு... " என்று மிரட்டலாக ராசு கூற... சரியென தலையை அசைத்துவிட்டு உள்ளே ஓடினான். அவனுக்கு தேநீரும்.. வரிக்கியும் எடுத்து வைத்தாள் வடிவு.

தேநீரில் முக்கிய வரிக்கியை அவன் சாப்பிட துவங்க... ராசு உள்ளே நுழைந்தான்.

"இந்தா புள்ள... வேலையை முடிச்சிட்டு வெரசா வா... வேலை கிடக்கு. உம் புள்ளயே கொஞ்சிக்கிட்டு கிடக்காதே... மதியத்துக்குள் வேலையை முடிச்சி கொடுத்தாதான் கூலி கிடைக்கும். " என்ற ராசு வெளியேற...

கஞ்சி சாதத்தை அடுப்பில் இருந்து இறக்கி வைத்த வடிவு... கதிரை குளிக்க வைத்து... பள்ளிக்கு அனுப்ப தயார் படுத்தினாள். அவள் வயிறு எட்டு மாத குழந்தையை சுமந்ததில் மேடிட்டு இருந்தது.

"கதிரு... பள்ளிக்கூடத்துல போடுற சோறை ஒழுங்கா திண்ணுடு கண்ணு. அம்மா இராத்திரி சோறு சமைக்க நேரமாகும். அதேன் சொல்-றேன். சரியா... " என்றபடியே அவனை பள்ளிக்கு அனுப்ப தயார் படுத்தினாள்.

கஞ்சி சோறை அவனுக்கு கொடுத்து பருக சொல்லிவிட்டு... ஒரு தூக்கு சட்டியில் நிரம்ப அந்த கஞ்சியை ஊற்றினாள். அதை மூடி கூடையில் வைத்தவள்.. கதிரின் பள்ளிக்கூடப் பையை எடுத்து... அதில் மதிய சாப்பாட்டிற்காக ஒரு தட்டை வைத்தாள். இருவரும் வீட்டில் இருந்து கிளம்பினர்.

அந்த ஊரின் நடுவில் இருந்த தொடக்க பள்ளி நோக்கி கதிர் நடக்க... அவனுக்கு கையசைத்து விடை தந்த வடிவு தூக்கு சட்டியுடன் பணியிடம் நோக்கி நடந்தாள்.

ராசுவும் வடிவும் நெசவு தொழிலில் கூலி வேலை செய்கின்றனர். வாரம் ஒரு முறை கூலி கிடைக்கும். அதில் தான் அவர்கள் ஜீவனம். வாரக்கடைசி வந்தால்... விளக்கு எரிக்கும் மண்ணெண்ணை வாங்க கூட காசு இருக்காது. சில நாட்கள் பாதி இரவில் விளக்கு எண்ணை இல்லாமல் அணைந்து போகும்.

இப்படி இவர்கள் வாழ்க்கை சென்று கொண்டு இருக்க... அடுத்த வரவாக கதிருக்கு ஒரு தம்பி பிறந்தான். அடுத்த இரண்டு வருடத்தில் அவர்கள் கூட்டில் இன்னும் ஒரு வரவு. ஆக மொத்தம் மூன்று மகன்கள் என்ற நிலையை அடைந்த வடிவு... அடுத்து உருவாகாமல் இருக்க... அரசின் குடும்ப கட்டுப்பாட்டு திட்டதின் மூலம் நலம் பெற்றாள்.

இப்போது பத்து வயது கதிரும்.. அவனின் இரண்டாம் சகோதரனும் பள்ளிக்கு கிளம்ப.. இளைய சகோதரனை இடுப்பில் சுமந்தபடியே வடிவு வேலைக்கு சென்றாள்.

ஐந்தாம் வகுப்பு... பரபரப்பாக இருந்தது. மாணவர்கள் எல்லாம் கிசுகிசுப்பாக பேசிக்கொண்டு இருந்தனர். உள்ளே நுழைந்த கதிர்.. தன் நண்பனை நெருங்கினான்.

"கதிரு... வா.. சீக்கிரம் வா.. ஒரு முக்கியமான விஷயத்தை காட்டனும்.. " என்றவன் கதிரை இழுக்காத குறையாக இழுந்து வந்து ஒரு நோட்டு புத்தகத்தை காட்டினான்.

"கதிரு , இங்க பாரு டா. நம்ம வாத்தியாரு சாமிகண்ணு நோட்டுல ஹீரோ போனாவால எழுதி இருக்காரு. இக்கிட்டு பாரேன்... " என்று சிறிய அளவில் இடப்பட்டிருந்த கையொப்பத்தை காட்டினான் கதிரின் நண்பன் பால்ராஜ்.

"ஹீரோ பேனாவா ? அப்படினா என்னடேய்... ? " என்று அப்பாவியாக கேட்டான் கதிர்.

"அடேய்... இங்க பாருங்கடே... இவனுக்கு ஹீரோ பேனான்னா என்னன்னு கூட தெரியல... " என்று கேலி செய்து மற்றவர்கள் சிரிக்க.

"எடேய்... சும்மா சிரிக்காதீங்க பயலுகளா. உங்களுக்கு , எல்லாம் தெரியுமோ.... எல்லாம் யாரோ சொல்லித்தானே தெரிஞ்சிக்கிட்டீங்க. இப்ப என்னத்துக்கு கதிரை கிண்டல் அடிக்கறீங்க. " என்று கத்தி அவர்களை அடக்கினான் பால்ராஜ்.

"ஹாங்.. சொன்னா மட்டும் இவனுக்கு புரிஞ்சிடுமா ? " என்றான் ஒருவன் எகத்தாளமாக.

"புரியும் டே.. " என்று கதிர் கர்வமாக கூற.. அதற்குள் வகுப்பு ஆரம்பமாகும் மணி அடிக்கப்பட்டது.

"டேய்.. வாத்தியாரு.. வராரு.. அவங்கவங்க இடத்தில் போய் உட்காருங்க. " என்றொருவன் குரல் கொடுக்க... வட்ட மாநாடு கலைந்து.. வகுப்பு சீரான வரிசையில் அமர்ந்தது.

சாமிகண்ணு நோட்டில் கையொப்பம் இட்டிருந்த வாத்தியார் நீலகண்டன் வகுப்பின் உள்ளே நுழைந்தார்.

"கதிரு.. வாத்தியாரு சோப்பை பாருடெய்.. அதுதேன் ஹீரோ பேனாவாம். " என்று கிசுகிசுத்தான் பால்ராஜ்.

கதிரின் கண்கள் நீலகண்டன் வாத்தியாரின் சட்டை பையில் மின்னிய தங்க நிற மூடியில் நிலைத்து நின்றது.

"பால்லு.. அது என்ன டா ஜொலிக்குது. " என்று கேட்டான் கதிர்.

"அதுதான் டா... ஹீரோ பேனாவோட மூடி. "

"தங்க நிறத்துல ஜொலிக்குதுடே.. "

"ஆமாம் டா கதிரு. அதுல எழுதினா.. எழுத்து அழகா இருக்குமாம். எங்க வீட்டு பக்கத்துல... மச்சு வீட்டு அண்ணன் வெச்சிருக்காரு. எட்டாம்பு படிக்காரு... நாமளும் அடுத்த வருஷம் பெரிய பள்ளிக்கூடம் போன... பேனாவுல எழுதலாம்டே... எப்படியாச்சும் அந்த பேனாவை வாங்கிப்புடனும். " என்று மெய்சிலிர்ப்புடன் பேசினான் பால்ராஜ்.

"அங்க என்ன டா பேச்சு பாடத்தை கவனிக்காம. " என்ற வாத்தியாரின் சத்தத்தில் திடுக்கிட்டு சித்தனை கலைந்த இருவரும்... பாடத்தை கவனிக்க தொடங்கினர்.

ஹீரோ பேனாவின் தலையை மட்டுமே பார்த்து காதல் வயப்பட்டிருந்த கதிர்... அந்த பேனாவின் முழு உருவமும் காண... பேராவல் கொண்டிருந்தான். ஆனால் , நீலகண்டன் வாத்தியாரின் வகுப்பு முடியும் வரை... அவர் சட்டை பையில் இருந்த பேனாவை அவர் எடுக்கவே இல்லை. வகுப்பு முடிந்து அவர் வெளியேற... "ச்சே... பார்க்க முடியலையே.. " என்று அடித்துக் கொண்டது கதிரின் மனம்.

மதிய உணவு இடைவெளியில் தம்பியின் வகுப்பிற்கு சென்று அவனை அழைத்துக்கொண்டு சத்துணவு வாங்க சென்றான் கதிர்.

வரிசையில் காத்திருந்த வேளையில் நீலகண்டன் வாத்தியார் ஆசிரியர் அறையில் இருந்து வருவதை கண்டான் கதிர். அவர் சட்டை பையில் இருந்த ஹீரோ பேனாவின் மூடி.. வெயில் பட்டு இன்னும் அதிகமாக ஒளிர்ந்தது. அதன் ஒளியில் ஈர்க்கப்பட்ட கதிர் எப்படியாவது அந்த பேனாவை முழுமையாக பார்த்துவிட வேண்டும் என்ற எண்ணத்தில்.... வாத்தியாரை பின் தொடர்ந்தான்.

"அண்ணே.. எங்க போற.. ? " என்று கதிரின் தம்பி கேட்க.

"இருடே வந்திடறேன்.... " என்று விட்டு வாத்தியார் பின்னே ஓடினான்.

சத்துணவு வாங்க நின்ற தம்பியின் கையில் இரண்டு தட்டுகள் இருக்க... அவன் பிடிக்க முடியாமல் பிடித்து... தட்டை நழுவ விட்டான். உணவு கீழே விழுந்து வீணானது.

கதிரின் தம்பி அழ... சத்துணவு போட்ட ஆயா.. அவனை தேற்றி.. எஞ்சி இருந்த உணவை அவனுக்கு கொடுத்து.. உண்ண வைத்தார்.

இங்கே வாத்தியார் பின்னே ஓடிய கதிர்... அவர் பள்ளியில் இருந்து வெளியேறி.... பேருந்து நிலையம் செல்வதை கூட உணராமல் தொடர..... திடீரென அவன் சட்டை காலரை பிடித்து இழுத்து நிறுத்தியது ஒரு கரம். கழுத்து இறுக்கவே... உணர்வு வந்து திரும்பினான் கதிர்.

எதிரே ராசு கடுங்கோபத்தில் நின்றிருக்க... "அ..ப்..பா.. " என்றான் சிறிய அலறலுடன்.

"பள்ளிக்கூட நேரத்தில் வெளிய எங்கடே சுத்திக்கிட்டு இருக்க... " என்று கடுமையான குரலில் வந்து விழுந்த வார்த்தைகளை கேட்டு... சுற்றும் முற்றும் திரும்பி பார்த்தான் கதிர்.

பள்ளியில் இருந்து வெகு தூரம் வந்துவிட்டதை உணர்ந்ததும்... அவன் உடலும் மனமும் நடுங்கிப் போனது. அவனை இழுக்காத குறை-யாக பள்ளி நோக்கி இழுத்து சென்றார் ராசு.

வகுப்பாசிரியரிடம் சென்று... "பள்ளிக்கூட நேரத்தில் ஊரை சுத்த போனா... காலை ஒடச்சி விட்டிருங்க ஐயா... " என்று கூறிவிட்டு வெளியேறினார்.

அரண்டு போன விழிகளோடு ஆசிரியரை பார்த்துக் கொண்டு நின்றான் கதிர். சொல்லாமல் வெளியேறிய குற்றத்திற்காக.. அவனை முட்டி போட வைத்தார் அவர்.

"ஏடேய் கதிரு... எங்கடே போன ? உன் தம்பி சோறோட தட்டை கீழ போட்டுட்டு அழுதுக்கிட்டு கிடந்தான். ஆயம்மா தான் மிச்சம் இருந்த சோறை கொடுத்து அவனை சாப்பிட்ட வெச்சுது. ஆமா... நீ சோறு திக்கலையா ? " என்று கேட்டான் பால்ராஜ்.

"இல்ல... " என்றான் கதிர் சோகமான குரலில்.

"சரி... இந்தா.. இந்த கொய்யாக்காயை சாப்பிடு. " என்று அவன் தர... புன்னகையுடன் வாங்கி உண்டான் கதிர்.

அத்தியாயம் - 2

இரண்டு வகுப்பு முடியும் வரை முட்டி கால் போட்டிருந்த கதிர்... ரீசஸ் பீரியட் வந்ததும் ஆசிரியரின் அனுமதியின் பேரில் எழுந்துக்-கொண்டான். தண்ணீர் குடித்து வயிற்றை நிறைத்தவன்... சாமிகண்ணுவின் நோட் புத்தகத்தை வாங்கி பார்த்தான்.

"எடேய்.. சாமி , எதுக்குடே வாத்தியாரு.. உனக்கு கையெழுத்து போட்டாரு ? " என்று ஆசையாய் கேட்டான்.

"ஆங் , நான் எல்லா கணக்கும் சரியா போட்டிருக்கேன் பாரு... அதுக்குதேன் போட்டாரு. எங்க வூட்டுல அப்பா கிட்டையும் அம்மா கிட்டையும் காட்டினேன்.. எப்புட்டு சந்தேஷப்பட்டாங்க தெரியுமாடே... " என்று விழிகள் விரிய பேசினான் சாமிகண்ணு.

"அப்ப... வாத்தியாரு சொல்லித்தர கணக்கை சரியா போட்டுக்கொண்டு வந்தா... அந்த பேனாவுல கையெழுத்து போடுவாறா ? " என்று பதிலுக்கு வியப்பாக கேட்டான் கதிர்.

"எடேய்.. இனி வாத்தியாரு... அந்த பேனாவுலதேன்... கையெழுத்து போடுவாரு.... எப்பவேனா போடுவாரு... நீ வந்து இந்த சோளத்தை திண்ணு. " என்றான் பால்ராஜ்.

அவன் கைகளில் பாதியாக ஒடித்த மக்கா சோளத்தின் துண்டு இருந்தது. அதில் பாதியை கதிருக்கு தந்தவன்... மற்றொன்றை தான் உண்ண ஆரம்பித்தான். கதிர் அந்த சோளத்தையே வெறித்து பார்த்துக் கொண்டு இருக்க... அவனை உலுக்கி உண்ணும் படி ஆணையிட்-டான் பால்ராஜ்.

"என்னாச்சு கதிரு... ஏன் என்னவோ போலவே இருக்க. முட்டி போட்டதால காலு வலிக்குதா ? " என்று அன்பாக கேட்டான் பால்ராஜ்.

"இல்லடே பால்லு... எனக்கு அந்த பேனாவை முழுசா பாக்கணும்... அந்த பேனாவோட மூடி... வெயில் பட்டு எப்படி ஜொலிச்சுது தெரியுமா.... அதை வாத்தியாரு எப்படி பிடிச்சி எழுதராருன்னு பாக்கணும்னு ஆசையா இருக்குடே. "

"அதுக்கு என்னடே பண்ணப்போறே... "

"சாமிகண்ணு எல்லா கணக்கும் சரியா போட்டதால தான் வாத்தியாரு... கையெழுத்து போட்டாறாம். நானும் எல்லா கணக்கும் சரியா போட்டுட்டு வரப்போறேன். " என்று கதிர் கூற..

"எடேய்... அவன் டியூஷன் போறான்டே... அதனால கணக்கை சரியா போட்டுட்டு வந்துட்டான். நீயும் நானும் எங்கிட்டு இருந்து சரியா போடறது. "

"வாத்தியாரு சொல்லிக் கொடுக்கும் போதும் கவனமா பார்த்தா சரியா போட்டுடலாம் பால்லு... நான் முயற்சி செய்ய போறேன். அந்த பேனாவுல கையெழுத்து வாங்கியே தீருவேன். " என்று கதிர் உறுதியுடன் கூறினான்.

அதன் பிறகு வந்த நாட்களில் எல்லாம் மிக கவனமாக பாடத்தை கவனித்தான் கதிர். எப்படியாவது அந்த பேனாவை முழுமையாக பார்த்துவிட வேண்டும் என்று தவித்தான். பள்ளிவிட்டு வந்ததுமே வீட்டு பாடங்களை எழுத தொடங்கிவிடுவான். ஏன் எனில் பொழுது சாய்ந்-துவிட்டாள்... சிம்னி விளக்கின் ஒளியில் தான் எழுத வேண்டி இருக்கும்.

அதுவும் அவன் அன்னை சமையலுக்கு தேவை என்று அடுப்பின் அருகே வைத்துக்கொள்வார். மூன்று சகோதர்களும் விளக்கை சுற்றி அமர்ந்திருக்க... வடிவு இரவு உணவை சமைத்தபடியே பேசிக்கொண்டு இருப்பாள்.

நான்கு நாட்கள் கழிந்த நிலையில்... இன்று கணக்கு பாடத்தில் இருந்து வீட்டு பாடம் கொடுத்தார் நீலகண்டன் வாத்தியார். மகிழ்ச்சியுடன் வீட்டுக்கு வந்த கதிர்.... எப்படியாவது நாளை அந்த பேனாவை பார்த்துவிட வேண்டும் என்ற ஆர்வத்துடன் வீட்டுப்பாடத்தை எழுத அமர்ந்-தான்.

அப்போது அங்கே வந்த ராசு... "எடேய் பெரியவனே... என்னோட வா.. வேலை இருக்கு. " என்று அழைக்க அரண்ட விழிகளுடன் தந்தையை பார்த்தான் கதிர்.

"என்னடே முழிக்கறே... வெரசா வா.. நாளைக்கு காலை பத்து மணிக்குள்ள இரண்டு பண்ணையை நிரம்பிக் கொடுக்கணும். இல்லாடி... அடுத்த தடவை பண்ணை நிரப்பத்தர மாட்டாங்க. " என்று ராசு... கதிரை கைப்பிடித்து இழுத்து சென்றான்.

அங்கே வடிவும் பக்கத்து வீட்டு மலர் அம்மாவும் ஒரு பண்ணையை நிரப்பிக்கொண்டு இருக்க... இன்னொரு பண்ணையை நிரப்ப... கதிரும் ராசுவும் அமர்ந்தனர். பொழுது சாயும் வரை நிரப்பியவர்கள்... மிச்சத்தை விடியலில் வந்து நிரப்பிவிடலாம் என்று எழுந்தனர்.

"இப்ப போய்.... விளக்கு வெளிச்சத்தில் வீட்டு பாடத்தை எழுதிடலாம். " என்று நினைத்து விரைந்தான் கதிர்.

வீட்டை அடைந்தால்... வீடு இருளடைந்து இருந்தது. வடிவு கதிர் கைகளில் இரண்டு ரூபாய் கொடுத்து ஒரு கண்ணாடி பாட்டிலையும் தந்து....

"கதிரு , விளக்கு வெக்க மண்ணெண்ணை ஆகிடுச்சு கண்ணு. கடைக்கு போய் வாங்கிட்டு வா... " என்றிட.

"விளக்கு வெக்க எண்ணை இல்லையா ? " என நினைத்து மலைத்தவன்.. விரைந்து கடை நோக்கி ஓடினான்.

எண்ணை வாங்கி வந்தவன்... வடிவிடம் கொடுத்துவிட்டு தரையில் அமர்ந்தான். அவனருகே இளைய சகோதரன் வந்து அமர்ந்துக்-கொள்ள... அவனை கவனித்துக்கொள்ள வேண்டிய பொறுப்பு கதிரிடம் இருக்க... அன்று வீட்டு பாடம் எழுத முடியாமல் போனது. வேலை செய்த கலைப்பில் இரவு உறங்கிவிட்டான். மறுநாள் காலை கதிரை சீக்கிரம் எழுப்பிவிட்ட ராசு.. அவனை பணிக்கு அழைத்துச் சென்றான்.

பணியை முடித்து வந்த கதிர் அவசரமாக பள்ளிக்கு கிளம்பினான். மஞ்சபையை எடுத்து தோளில் மாட்டிக்கொண்டு இரண்டாம் சகோத-ரனின் கைகளை பிடித்துக்கொண்டு சோகமே உருவாக நடந்து கொண்டு இருந்தான் கதிர்.

வழியில் பால்ராஜும் அவர்களுடன் இணைந்து கொள்ள... மூவரும் பேசிய படியே பள்ளியை அடைந்தனர்.

"என்னாச்சு கதிரு ? ஏன் சோகமா இருக்க ? " என்று பால்ராஜ் கேட்க.

"நான் இன்னிக்கு வீட்டுப்பாடம் எழுதவே இல்லடா... நேத்து அப்பாவோட வேலைக்கு போயிட்டேன். "

"அதனால என்ன ? இப்ப போய் வெரசா முடிச்சிடலாம். " என்று தேறுதல் கூறினான் பால்ராஜ்.

"கணக்கு பாடம்டே... வெரசா எப்படி முடிக்கறது. ? "

"கதிரு.. நம்ம பயலுக கணக்கு போட்டு கொண்டாந்து இருப்பாங்க... அதை பார்த்து விடையை எழுதிக்கலாம். "

"அது தப்புல்ல... "

"தப்புதேன்.. ஆனா நமக்கு தெரியாததை பார்த்து எழுதறதில் தப்பில்லை தானே... "

"ஆனா... "

"கதிரு... பயப்படாம வா... பாத்துக்கலாம். " என்றவன் கதிருடன் பள்ளியை அடைந்தான்.

ஆசிரியர் வரும் முன் சாமிகண்ணு நோட்டை பார்த்து கணக்கை எழுதிவிடலாம் என்று நினைத்திருக்க... சாமிகண்ணு இன்று விடுப்பு எடுத்திருந்தான்.

பாடம் எழுதாமல் வாத்தியாரிடம் திட்டுவாங்கி அமர்ந்தான் கதிர். அவன் கண்கள் கசிந்து நீர் துளி வெளியேறியது. அதை கவனித்த பால்ராஜ்... "கதிரு வாத்தியாரு திட்டினதை நினைச்சு அழுவாதே... " என்றான்.

"அந்த பேனாவை பார்க்கலான்னு ஆசையா இருந்தேன் பால்லு. இன்னிக்கும் அதை பார்க்க முடியலையேன்னு நினைச்சு தான் அழு-வறேன். " என்றான் கதிர் அந்த பேனாவின் மூடியை ஏக்கமாக பார்த்தபடியே.

அவன் கண்ணீரில் மின்னியது ஹீரோ பேனாவின் மூடி. அடுத்தடுத்து வந்த நாட்கள் எல்லாம் அவன் ஏக்க பார்வைக்கு அந்த பேனாவின் மூடி மட்டுமே காட்சி தந்தபடி இருந்தது. பத்து நாள் கழித்து மீண்டும் ஒரு சந்தர்ப்பம் கிடைத்தது.

மீண்டும் கணக்கு பாடத்தை வீட்டுப்பாடமாக தந்தார் நீலகண்டன் வாத்தியார். மகிழ்ந்த கதிர்... இன்று எப்படியும் நல்ல படியாக அந்த கணக்கை போட்டுவிட வேண்டும் என்று முடிவெடுத்தான்.

வீட்டிற்கு சென்றான்... வாசலில் இருந்த குட்டுச்சுவரில் அவன் தந்தை ராசு அமர்ந்திருப்பதை கண்டதும்... திடுக்கிட்டான். "அச்சோ... அப்பா உட்கார்ந்து இருக்காறே... இன்னிக்கும் வேலைக்கு கூட்டிக்கிட்டு போயிட்டா... கணக்கு பாடத்தை போட முடியாம போயிடுமே. " என நினைத்து பயந்தான் கதிர்.

அவன் தம்பி அவனுக்கு முன்னே நடந்து வீட்டை அடைந்திருக்க... இவன் அப்படியே அங்கிருந்து நழுவி சென்றான். கதிர் வராமல் இளையவன் மட்டும் வருவதை கண்ட ராசு... "எடேய் சின்னவனே , உன் அண்ணன் எங்க ? " என்று கேட்க... அவனோ திறுதிறுவென முழித்துக்கொண்டு நின்றான்.

"ஏய் புள்ள வடிவு... இங்க வா. உன் பெரிய மவனை காணோம். " என்று ராசு கத்த வடிவு பதைபதைப்புடன் வெளியே வந்தாள்.

"என்னாச்சு மாமா ? "

"இங்க பாரு இவன் இப்படி முழிச்சிக்கிட்டு நிக்கறான். பெரியவனை காணோம். என்னன்னு கேளு. "

"எடேய் சின்னவனே.... கதிர் அண்ணன் எங்க ? உன்னோட வரலையா ? " என்று அவனை பிடித்து உலுக்கி கேட்டாள் வடிவு.

அவன் திணறலுடன்.. "அண்ணே... வந்துச்சு அம்மா.. இரண்டு பேரும் சேர்ந்து தான் வந்தோம். திடீர்னு அண்ணனை காணோம்... " என்று அழுதபடியே இளையவன் கூற....

"மாமா.. பையன் எங்க போயிருப்பான். கொஞ்சம் போய் தேடி பாருங்களேன். "

"எங்க போயிருப்பான்... சிநேகிதகார பயலுகளோட ஆட்டம் ஆட போயிருப்பான். இரு... போயி தோளை உறிச்சி கூட்டி வரேன். " என்று கோபமாக கூறியபடியே கதிரை தேடி போனான் ராசு.

"அய்யோ... இந்த கதிரு பையன் எங்க போனான்னு தெரியலையே.. எடேய் அண்ணன் கூட வரானா இல்லையான்னு கூட கவனிக்காமதேன் வீதியில வருவியா ? " என்று இளையவனை கடிந்துக்கொண்டு தவிப்போடு அமர்ந்தாள் வடிவு.

கதிர் பள்ளியை நோக்கி வேகமாக ஓடினான். தந்தை கண்ணில் படும் முன் வகுப்பிற்குள்ள நுழைந்துவிட வேண்டும் என்ற உத்வேகம் அவனுக்கு புது தெம்பை தந்திட... விரைந்து பள்ளியை அடைந்தான்.

காலையில் இருந்து பல வித உணர்வுகளுடன் கலகலப்பாக இருந்த பள்ளி கட்டிடம்... இப்போது ஆள் அரவம் இல்லாமல் அமைதியாய் நின்றிருந்தது. தன் வகுப்பிற்குள் நுழைந்தவன்... கணக்கு பாடத்தை விரைவாக எழுதத்தொடங்கினான். சூரியன் மெல்ல மெல்ல கீழ் வானுக்கு செல்ல... இருள் படர ஆரம்பித்தது. அந்த சமயம் கதிரும் சரியாக பாடத்தை எழுதி முடித்தான்.

"ஹப்பாடா... எழுதி முடிச்சாச்சு. வாத்தியாரு சொன்ன மாதிரி விடையும் வந்திருக்கு... நாளைக்கு எப்படியும் வாத்தியாரு அந்த பேனாவை எடுத்து கையொழுத்து போடுவாரு. நாளைக்கு நாம அந்த பேனாவை முழுசா பார்த்திடலாம். " என்று எண்ணிய படியே நோட்டை எடுத்து பையில் வைத்தான்.

அப்போது தான் சுற்றிலும் இருள் படர தொடங்கியதை உணர்ந்தான் கதிர். "அச்சோடா... இத்தனை நேரமாகிடுச்சா ? சீக்கிரமா வீட்டுக்கு போகனும். " என்று நினைவன் வேகமாக எழுந்து நடக்கத் தொடங்கினான்.

"எடேய்.... எங்க போய் ஊர் சுத்திட்டு வர... " என்ற குரல் கேட்க.... மிரட்சியுடன் நிமிர்ந்து பார்த்தான். எதிரே அவன் தந்தை ராசுவும்... அவரின் சிநேகிதர் இருவரும் இருந்தனர்.

"ராசு... புள்ளைய திட்டாதே. பள்ளிக்கூடத்தில் இருந்து தானே வரான். ஒருவேளை தூங்கிட்டானோ என்னவோ... இப்பதான் முழிப்பு வந்து எழுந்திருக்கான் போல.... ஏற்கனவே பயந்த மாதிரி இருக்கான். அதட்டாம வீட்டுக்கு கூட்டிக்கிட்டு போ... " என்று ராசுவின் ஒரு நண்பன் கூற ...

"ஆமாம் ராசு... தங்கச்சி வேற பயந்திருக்கும். முதலில் புள்ளையை கூட்டிக்கிட்டு போ... அப்புறம் விசாரிச்சிக்கலாம். " என்றான் மற்றொருவன்.

"அப்பாடா... " என்று மூச்சை இழுத்துவிட்ட கதிர்... அடியில் இருந்து தற்போதைக்கு தப்பித்த திருப்தி இருந்தான். ராசு கதிருடன் இல்லம் நோக்கி நடந்தான்.

இருவரையும் கண்டதும் தான் வடிவுக்கு உயிரே வந்தது. "எங்க கண்ணு போன... " என்று கேட்டபடியே கதிரை கட்டிக்கொண்டாள் வடிவு.

"தொரே... பள்ளிக்கூடத்துலையே தூக்கிட்டாரு போல... அதுகூட தெரியாம வந்திருக்கான் உன் சின்ன மவன். நல்லா பெத்து வெச்சிருக்க புள்ளைங்களை. " என்று ராசு வடிவை வசைப்பாட.... நடக்கும் எதுவும் புரியாமல் நின்றிருந்தான் இளையவன். எப்படியோ அடி விழுகாமல் தப்பித்தோம்.. என்று உள்ளே ஓடினான் கதிர்.

மறுநாள் பள்ளிக்கு அந்த பேனாவை காணும் ஆவலோடு சென்றான் கதிர்.

அத்தியாயம் - 3

பேனாவை காணும் ஆவலோடு வந்திருந்த கதிர்... நொடிக்கு ஒருமுறை வகுப்பறையின் வாசலை எட்டி எட்டி பார்த்தபடியே அமர்ந்திருந்தான். வகுப்பு தொடங்கும் மணி அடித்தது. அவன் ஆர்வம் இன்னும் அதிகரித்தது... வாசலுக்கு அருகே சென்று எட்டிப்பார்த்துக் கொண்டு இருந்தான். அவன் தோள்களை பற்றி அழைத்து வந்து அமர வைத்தான் பால்ராஜ்.

"எடேய்... வந்து உட்காரு... நின்னுக்கிட்டே இருந்தா... வாத்தியாரு வெரசா வந்திடுவாறா என்ன ? " என்றபடியே கதிரை இழுத்து வந்தான்.

வகுப்பில் மாணவ மாணவியரின் சலசலப்பு சத்தம் அதிகமாக இருந்தது. ஆனால் கதிரின் கவனம் சிதறவே இல்லை. திடீரென சத்தம் அடங்கியது... ஆசிரியர் வகுப்பிற்குள் நுழைந்ததார். கதிரின் முகம் வெளிரியது. பால்ராஜ் அதிர்ந்தான்.

"பிள்ளைங்களா... இன்னிக்கு நீலகண்டன் வாத்தியாரு வரல.... அதனால நான் தான் இன்னிக்கு உங்களுக்கு பாடம் எடுக்கப்போறேன். வீட்டு பாடம் எழுதினவங்க எல்லாம் நோட் புத்தகத்தை கொண்டு வந்து மேஜை மேல வைங்க... " என்று அறிவித்தார் பெருமாள் வாத்தியார்.

"எடேய்.. கதிரு.. என்னடே இப்படி ஆகிப்போச்சு. " என்று பால்ராஜ் கதிரின் காதருகே சென்று கிசுகிசுக்க... கதிரின் கண்கள் குளமானது. எத்தனை ஆசை ஆசையாய் வந்தோம்... இப்படி ஆகிவிட்டதே.. என்று மனம் சுணக்கத்தில் அழுதது. அவனை தேற்றிக்கொள்ள கூட நேரம் கிடைக்கவில்லை. ஆசிரியர் பாடம் எடுக்க தொடங்கிவிட்டார். மாணவர்கள் எல்லாம் வீட்டுப் பாட நோட்டை மேஜை மேல் வைக்க... கதிரும் வேறு வழியில்லாமல் வைத்தான். பாடம் எழுதவில்லை என்று கூறினால்... இவர் பிரம்பு தான் பேசும்... அதற்கு பயந்தே வைத்துவிட்டான்.

அன்று அந்த அரை நாள் ஒரு யுகமாக கடந்தது கதிருக்கு. மதிய உணவு இடைவெளியில் கூட கதிர் உணவு உண்ண செல்லவில்லை. பால்ராஜ் தான் கட்டாயப்படுத்தி... அவனை இழுத்துச்சென்றான். அறைகுறையாய் சாப்பிட்டவன் தட்டில் மீதம் இருந்த உணவை தம்பிக்கும் பால்ராஜுக்கும் கொடுத்துவிட்டு எழுந்தான்.

"வருத்தப்படாதே கதிரு... நடக்கறது எல்லாம் நல்லதுக்கு தான்னு எங்க அம்மாய் எப்பவும் சொல்லு... அழுவாதே... " என்று கூறி ஆறுதல் அளிக்க முயன்றான் பால்ராஜ்.

"உனக்கு தெரியாது பால்லு... நேத்து நான் பாடம் எழுதனும்னு வீட்டை விட்டு பள்ளிக்கூடத்துக்கு ஓடியந்தேன்... நேத்து எங்க அப்பா கையால அடி வாங்காம தப்பிச்சதே பெரிய விசயம் தெரியுமா ? "

"சரி விடு கதிரு... இன்னொரு வாய்ப்பு கிடைக்காம போகாது. "

"நான் ஆசைப்பட்டா அது நடக்கவே மாட்டேங்குது பால்லு... " என கூறிய கதிர் ஓவென கதறி அழுக ஆரம்பித்தான். அவனை தேற்றுவது பால்ராஜுக்கு பெரும் பாடாக போனது.

இரண்டு நாட்கள் எப்படி நகர்ந்தது என்றே தெரியவில்லை. கதிர் சற்றும் உற்சாகம் இல்லாமல் இருந்தான். பால்ராஜ் மனம் படாய் பட்டது. ஏதாவது செய்து அவனை தேற்றிவிட வேண்டும் என்று சேட்டைகள் செய்தான். ஆனாலும் கதிர் எதற்கும் அசையவில்லை.

"இந்த கதிரு பையன் இப்படி மூஞ்சை தூக்கி வெச்சிக்கிட்டே இருக்கானே... இவனை என்ன செஞ்சும் மாத்த முடியலையே... பேசாம வாத்தியாரு கிட்ட கேட்டு... அந்த பேனாவை எடுத்து காட்ட சொல்லுவோமா ? " என்று எண்ண ஆரம்பித்தான் பால்ராஜ்.

"ஒருவேளை அப்படி துடுக்கா கேட்டா.... வாத்தியாருக்கு கோபம் வந்து.. அடிக்க கூட வாய்ப்பு அதிகமாக இருக்குமே.... அதை எப்படி சமாளிக்கறது. பரவாயில்லை... அடி விழுந்தா கூட வாங்கிக்கலாம்... கதிரு பையனை இப்படி சோர்வா பார்க்க முடியல... " என்று தீர்மானித்த பால்ராஜ்.. நீலகண்டன் வாத்தியாரின் வருகைக்காக காத்திருந்தான்.

மதிய உணவு இடைவெளி முடிந்து வகுப்பிற்கு வந்தார் வாத்தியார் நீலகண்டன். அறிவியல் பாடம் எடுக்க ஆரம்பித்தார். பால்ராஜ் மனதில் துணிச்சலை வரவைத்துக் கொண்டு... எழுந்து நின்றான். "சார்... " என்று அவன் அழைத்த அதே வேளையில் வகுப்பின் வாசலில் அந்த பள்ளியின் பியூன்னும் வந்து நின்று... "சார்.. " என்று அழைத்தார்.

நீலகண்டன் வாத்தியாரும் கரும்பலகையில் இருந்து வாசல் பக்கமாக பார்த்தார். பியூனை கண்டவுடன்... "உள்ள வா... என்ன சர்க்குலரா ? " என்று கேள்வியாய் நிறுத்தினார்.

"ஆமாம் சார்... " என்று கூறிய படியே உள்ளே நுழைந்தார் அந்த பியூன். வாத்தியாரிடம் ஒரு நோட்டு புத்தகத்தை நீட்டினார். அதை வாங்கி வாசித்த வாத்தியாரு... தன் சோப்பில் இருந்து.... பேனாவை எடுத்தார்.

பால்ராஜ்.. கதிரை பிடித்து உலுக்கினான். "எடேய் கதிரு... அங்க பாருடே... வாத்தியாரு கையெழுத்து போட பேனாவை எடுக்க போறாரு... " என்றவன் கூற... உடல் உலுக்கி எழுந்து நின்றான் கதிர்.

நீலகண்டன் வாத்தியார்... ஜோப்பில் இருந்து எடுத்த பேனாவை வாய் பிளந்து பார்த்தபடி நின்றிருந்தான் கதிர். தங்க நிற மூடியை கலட்டி... மூன்று விரல்களை இணைத்து... பேனாவில் மேல் பகுதியை பிடித்து.. மெல்லிய பேனா முணையால் அவர் எழுதுவதை பார்த்தவன் கண்கள் பூரிப்பில் விரிந்தது. அந்த பேனாவின் அசைவுக்கு ஏற்ப அவன் கண்களும் அசைந்தது. சில நொடிகள் அந்த அற்புத நிகழ்வில்... தன்னை மறந்து அப்படியே நின்றுவிட்டான் கதிர்.

"வரேன் சார்... " என்ற பியூன் அந்த வகுப்பில் இருந்து வெளியேற... வாத்தியார் திரும்பி வகுப்பை பார்த்தார். பால்ராஜும் கதிரும் நின்றுக்கொண்டு இருப்பதை பார்த்தவர்... "எடேய் பயலுகளா... எதுக்குடே நெடுமரம் கணக்கா நின்னுக்கிட்டு இருக்கீங்க ? வந்தது லீவ்வுக்கான சர்க்குலர் இல்லடே.... போட்டிக்கான சர்க்குலர். உட்காருங்கடே... " என்றார்.

அவரின் கணீர் குரலில் கலந்த இருவரும்... அமைதியாய் அமர... வாத்தியார் தொடர்ந்தார்.

"இந்தா பாருங்க பிள்ளைங்களா.... அடுத்த மாசம் கட்டுரை போட்டு , பேச்சுப்போட்டி இருக்காம். அதுக்கான சர்க்குலர் தான் இப்ப வந்தது. தமிழில் அழகா எழுதறவங்களுக்கு ஹீரோ பேனாவும் , நல்லா பேசறவங்களுக்கு மகாகவி பாரதியோட கவிதை புத்தகமும் பரிசா கொடுக்கப் போறாங்களாம். யாருக்காச்சும் அதுல கலந்துக்கிட்டு பரிசு வாங்கணும்னு ஆசை இருந்தா.... சாயந்திரம் என்னை வந்து பாருங்க. சரியா... " என்று விட்டு பாடத்தை ஆரம்பித்தார்.

"பால்லு... கட்டுரை எழுதினா ஹீரோ பேனா பரிசா கிடைக்குமா ? " என்று கேட்டான் கதிர்.

"அடேய் பயலே... வாத்தியாரு அதை தானே இத்தனை நேரம் சொன்னாரு... "

"அப்ப... நானும் அதுல கலந்துக்க போறேன். " என்று கதிர் கூறவும் அதிர்வாக அவனை பார்த்தான் பால்ராஜ்.

"எடேய்.... போட்டியில கலந்துக்க போறியா ? உனக்கென்ன கிறுக்கு பிடிச்சிருக்கா ? "

"ஏன் டே அப்படி கேட்கற ? "

"பின்... நம்ம கையெழுத்து எப்படி இருக்குன்னு பாரு.. இதை வெச்சிக்கிட்டு எப்படி பரிசு வாங்குவே... அதுவும் இல்லாம போட்டில் எழுத வெள்ளை பேப்பர் வாங்கணும்... அரை அடி ஸ்கேல் வேணும்... நல்ல பென்சில் வேணும்... அழிச்சா கருப்பாகாத ரப்பர் வேணும்... பென்சிலை சீவ... அதோ நம்ம சாமிகண்ணு வெச்சிருக்கானே... அதாட்டம் சின்ன மிஷின்னு வேணும். இதை எல்லாம் கேட்டா வாங்கி தர... அம்மா அப்பா கிட்ட வசதி வேணும்.... இத்தனை வேணுங்கும் போது... எப்படிடே கலந்துக்குவே... எப்படி பரிசு வாங்குவே.... பைத்தியம் மாதிரி பேசாதே. " என்று திட்டி தீர்த்தான் பால்ராஜ்.

"இன்னும் ஒரு மாசம் இருக்கு இல்ல... எப்படியாவது எல்லாத்தையும் வாங்கிடுவேன். " என்றான் கதிர். அவன் உறுதி கண்டு வியந்தான் பால்ராஜ்.

மாலை வகுப்பு முடித்ததும்... நீலகண்டன் வாத்தியாரை ஆசிரியர் அறையில் சந்திக்க சென்றனர் இருவரும்.

"சா..ர்.. " என்று அழைத்துவிட்டு அவரின் அனுமதிக்காக காத்திருந்தனர்.

இவர்களின் குரல் கேட்டு நீலகண்டன் வாத்தியார் திரும்பினார். இருவரையும் அதிசயமாக பார்த்தவர்... அவர்களை உள்ளே வரச்சொல்லி ஜாடை செய்தார். இருவரும் தயங்கி தயங்கி உள்ளே நுழைந்தனர்.

"என்னடே... இந்த பக்கம் ? " என்றவர் எதையோ எழுதிய படியே இருக்க.... கதிர் அந்த பேனாவை பார்த்து சிலையென நின்றுவிட்டான். இருவரும் எதுவும் கூறாமல் இருக்கவே... தலையை நிமிர்த்தி அவர்களை பார்த்தார் வாத்தியார்.

"என்னடே பதிலையே காணோம். என்ன வேணும் ? "

"அது வந்து சா..ர்.. கதிரு கட்டுரை போட்டில கலந்துக்கணுமாம். " என்றான் பால்ராஜ்.

"ஏன் தொரே.. பேச மாட்டாரோ... "

"எடேய் கதிரு... சொல்லுடே.... " என்று அவன் தோள்களில் இடித்தான் பால்ராஜ். அதில் நினைவுலகுக்கு வந்தவன்... "ஆங்.. ஆமாம் சார்... எனக்கு போட்டியில் ஜெயிச்சி.. பேனா பரிசு வாங்கணும். " என்றிட... அவனை வியப்பாக பார்த்தார் நீலகண்டன். அவன் பார்வை தன் கையில் இருந்த பேனாவின் மேல் நிலைத்திருப்பதை கண்டதும்... அவன் ஆசை புரிந்துவிட்டது. அவன் குடும்பச்சூழல் அவர் அறிந்ததே. அவனின் முயற்சிக்கு உதவ முன் வந்தார்.

"ஓ... தொரைக்கு பேனா வேணும்... அதுக்காக இந்த போட்டில் பங்கெடுத்துக்க வந்திருக்காரு... அப்படி தானே... " என்று கேட்டவாரே தன் நாற்காலியில் சாய்ந்து அமர்ந்து... தன் கையில் இருந்த பேனாவை ஆட்டிப்படியே அவனை பார்த்தார்.

கதிரின் கண்கள் பேனாவின் ஆட்டத்திற்கு இணையான ஆட்டத்தை ஆட... அவன் உதடுகளோ... "எனக்கு இந்த பேனா ரொம்ப பிடிச்சிருக்கு சார்... இதை பரிசா வாங்கணும்னு ரொம்பவே ஆசையா இருக்கு சார். " என்றன.

"ஆனா உன் கை எழுத்து மகா மோசமா இருக்குமே... அப்புறம் எப்படி பரிசு வாங்குவே ? பாடத்தை வேற மனப்பாடம் பண்ணனும்... நான் சொல்லித்தராப்புல.... வரிசையா எழுதனும். இதெல்லாம் முடியுமா உன்னால... ? "

"கண்டிப்பா முயற்சி பண்ணுவேன் சார். எழுதி எழுதி பார்த்தா... கையெழுத்து அழகா வரும்னு நீங்க தானே சொல்லுவீங்க... இனி நான் ஆட்டம் ஆட போகாம.... எழுதி எழுதி பார்க்கறேன் சா..ர். "

"அப்பன்னா.... நாளைக்கு வரும்போது ஒரு புது நோட்டு வாங்கிட்டு வா.... மதியம் சாப்பிட்டதும் இங்க வந்திடனும்... அப்புறம் சாயந்திரமும் வரனும். அதுக்கு அப்புறம் தெனமும் நான் எழுதிக்கொடுத்ததை எழுதி எழுதி பார்க்கணும். வாரம் ஒரு முறை வந்து... என் முன்னாடி உட்கார்ந்து... பரிட்சை மாதிரி எழுதனும். சரியாடே.... " என்று அவர் கட்டளைகளை பிறப்பிக்க... அனைத்திற்கும் தலையசைத்தான் கதிர்.

"சரி.. இப்ப வீட்டுக்கு போங்க. நாளைக்கு நோட்டோட வாடே.. " என கூறி அவர்களை அனுப்பி வைத்தார்.

இருவரும் பள்ளியில் இருந்து கதிரின் தம்பியுடன் வீடு நோக்கி கிளம்பினர். வழியில்... "எடேய் கதிரு.... புது நோட்டு வேணும்னு வாத்தியாரு சொல்லிட்டாரே... அதுக்கு என்ன பண்ணப்போற ? " என்று கேட்டான் பால்ராஜ்.

"தெரியலடே.... அதை தான் யோசிச்சிக்கிட்டு இருக்கேன். " என்றான் கதிர்.

அத்தியாயம் - 4

கதிர் யோசனையுடன் நடந்துக்கொண்டு இருந்தான். "இப்ப வாரக்கடைசி ஆச்சே... இன்னும் மூணு நாள் கழித்து தானே அப்பாவுக்கு கூலி கிடைக்கும்... நாளைக்கே நோட்டு வாங்கி வரணும்ன்னு வாத்தியாரு சொல்லிட்டாரே... இப்ப என்ன பண்றது. அப்பா கிட்ட கேட்ட உதை விழுமே... அம்மா கிட்ட கேட்டு பார்ப்போம். " என முடிவெடுத்தவன்... ஒரு நோட்டின் விலை எத்தனை இருக்கும் என்று விசாரிக்க நினைத்து பால்ராஜை நிமிர்ந்து பார்த்தான்.

பால்ராஜ் அவனை மட்டும் தான் பார்த்துக்கொண்டு இருந்தான். "எடேய் , பால்லு... என்னடே என்னையவே பார்த்துக்கிட்டு இருக்க. " என்று கதிர் கேட்க.

"நீங்க தான் பலமா யோசிச்சிக்கிட்டு வரீங்களே... அப்புறம் நாங்க என்னத்த பண்றாதாம். "

"எடேய் பால்லு... ஒரு நோட்டோட வெல எவ்வளவுடே.. " என்று கேட்டான் கதிர்.

"ஐஞ்சு ரூபாய் கதிரு. "

"உனக்கு எப்படிடே கரெக்டா தெரியும். "

"எங்க வீட்டுக்கு பக்கத்தில் இருக்கற மச்சு வீட்டு அண்ணன் ஒரு தரம் கடையில் இருந்து என்னையே வாங்கி வரச்சொல்லிச்சு. "

"ஓ... " என்ற கதிர் மீண்டும் அமைதியாகிவிட்டான். அதற்குள் அவர்கள் இல்லம் வந்துவிடவே பால்ராஜ் அவன் சிந்தனையை கலைத்து... "கதிரு வீடு வந்திடுச்சு... " என்றான்.

நிமிர்ந்து வீடு இருக்கும் திசையை பார்த்தவன்... "சரிடே... நாங்க வீட்டுக்கு போறோம்... நீ பார்த்து போ... " என்றவன் தம்பியின் கையை பிடித்துக்கொண்டு நடந்தான்.

"என்ன அண்ணே யோசனையா வரீங்க ? " என்று இளையவன் கேட்க.

"நம்ம பள்ளிக்கூடத்துல போட்டி நடத்தறாங்கடே... அதுல நான் கலந்துக்க போறேன். அதுக்கு ஒரு நோட்டு வேணும்... அதை எப்படி வாங்கறதுன்னு யோசிச்சேன்... அவ்வளவு தான். "

"அப்பா கிட்ட சொன்னா வாங்கி தந்திட போறாரு... போன வாரம் எனக்கு புது சிலேட் கூட வாங்கி வந்தாறே... உனக்கும் வாங்கித்தருவாரு... " என்றான் இளையவன்.

"அப்பா வாங்கித் தருவாருடே... நான் இல்லேங்கல... ஆனா இன்னிக்கே வாங்கித்தர அவருக்கிட்ட காசு இருக்கனுமே. கூலி கிடைக்க இன்னு மூணு நாள் இருக்கே... அதுதான் யோசனையா இருக்கு. " என்றபடியே இருவரும் வீட்டை அடைந்தனர். வடிவு அடுப்பை ஊதிக்கொண்டு இருந்தாள். அடுப்பில் டீ கொதித்துக்கொண்டு இருந்தது. அந்த சிறிய குடிலுக்குள் பாய் போட்டு அமர்ந்தினர் இருவர்.

அவர்கள் கதிரின் அத்தையும் மாமாவும். பள்ளியில் இருந்து வந்த இருவரையும் கண்ட அவர்கள்... " அண்ணி இதோ புள்ளைங்க வந்துட்டாங்க. வாங்க ராசா... எப்படி இருக்கீங்க ? பள்ளிக்கூடம் போயிட்டு வரீங்களா ? " என்று கேள்வியையும் பதிலையும் அவரே சொல்லிக்கொண்டு இருந்தார்.

கதிரும் அவன் தம்பியும் வீட்டுக்குள் நுழைந்தனர். அத்தையும் மாமாவும் நலம் விசாரிக்க... அதற்கு தலையசைத்து பதில் சொல்லிக்கொண்டு இருந்தனர். அதற்குள் ராசு வந்துவிட... வடிவும் தேநீரை வடிகட்டி டம்ளரில் ஊற்றிக்கொண்டு வந்தாள். மூவரும் எடுத்துக்கொள்ள... அதை பருகியபடியே பேசத் தொடங்கினர்.

"அப்புறம் செல்வி எப்படி இருக்கே ? " என்று ராசு கேட்க...

"நல்லா இருக்கேன் அண்ணே... " என்றாள் புன்னகை பூத்த முகத்துடன்.

"ஏதும் விசேஷமா மாப்பிள்ளே ? "

"ஆமா மாமா... புள்ளைக்கு காது குத்து வெச்சிருக்கோம். அடுத்த மாசம் மொதே புதன்கிழமை... நீங்க எல்லாம் அவசியம் வந்து இருந்து விசேஷத்தை சீரும் சிறப்புமா நடத்திக்கொடுக்கணும். " என்றான் செல்வியின் கணவன் முத்து.

"அதுக்கென்ன மாப்பிள்ளை சிறப்பா செஞ்சிபுடுவோம்... என் மருமகளுக்கு செய்யாம வேற யாருக்கு செய்யப்போறேன். " என்றான் ராசு சிரிப்புடன்.

"மருமகனே உங்க அப்பா இப்பவே உனக்கு கல்யாணம் பேச ஆரம்பிச்சிடாருடே... என் புள்ளையெ நீ நல்லா பாத்துக்குவே தானே... " என்று முத்து கதிரை பார்த்து கேட்க.... அவனோ ஒன்று புரியாமல் முழித்தான்.

அவன் கன்னத்தை பற்றிய செல்வி... " அதெல்லாம் என் மருமகன் நல்லா பார்த்துப்பான். " என்றிட... அதை கேட்டு அனைவரும் சிரித்தனர்.

அன்று அவர்கள் அங்கேயே தங்கிட.... கதிரால் தன் தாய் தந்தையிடம் எதுவும் கேட்க முடியாமலே போனது. இரவெல்லாம் உறக்கமே வரவில்லை கதிருக்கு.

"இப்ப என்ன பண்றது... காலையில் நோட்டு வேணுமே... " என்று புலம்பியது மனம். "கவலைப்படாதே கதிரு... காலையில அவங்க சீக்கிரமே ஊருக்கு போயிடுவாங்க இல்ல... நீ பள்ளிக்கூடம் போறதுக்குள் கேட்டு வாங்கிக்கோ... " என்றது அறிவு. ஒருவழியாக சமாதானம் அடைந்து தூங்கினான்.

மறுநாள் ஏழு மணிக்கு வடிவு எழுப்பும் போது தான் உறக்கம் கலைந்தது கதிருக்கு. "என்ன கதிரு.... இராத்திரி சரியா தூங்கலையா... கண்ணு இப்படி சிவந்திருக்கு ? " என்று வடிவு கேட்க... "அம்மா எனக்கு ஐஞ்சு ரூபா வேணும். " என்றான் கதிர்.

"உனக்கு எதுக்குடே அம்புட்டு ரூபா ? " என்ற குரல் கேட்க... திடுக்கிட்டு திரும்பினான் கதிர். ராசு நின்றிருந்தான்.

"அப்பா... அது... அது... " என்று கதிர் தடுமாற.. "அப்பா அண்ணே ஏதோ போட்டியில் கலந்துக்க போகுதாம். அதுக்கு நோட்டு வாங்கணுமாம்.... வாத்தியாரு தான் வாங்கி வர சொல்லி இருக்காரு. " என்றான் இளையவன்.

"போட்டியா ? என்ன போட்டி ? "

"அது... வந்து.. ப்பா.. "

"அண்ணே... பயப்படாம சொல்லுண்ணே.. அப்பா கட்டாயம் வாங்கித் தருவாரு. "

"அப்பா... எங்க பள்ளிக்கூடத்துல கட்டுரை போட்டி நடக்கப்போகுது. அதுல அழகா எழுதற பிள்ளைங்களுக்கு ஹீரோ பேனா பரிசா தருவாங்களாம். நான் அந்த பேனா பரிசை வாங்கணும்னு ஆசைப்படறேன். " என்று முழு மூச்சில் கூறி முடித்தான் கதிர்.

"எடேய் பேனா வேணும்ன்னா... உங்க அப்பா வாங்கித்தர போறாரு... அதுக்கு எதுக்குடே போட்டியில கலந்துக்கணும். " என்று வடிவு கேட்க...

"அம்மா அது ஒசத்தியான பேனா ம்மா... என் பள்ளிகாகூடத்துலையே... எங்க வாத்தியாரு மட்டும் தான் அந்த போனாவை வெச்சிருக்-காரு... அதுல எழுதினா எழுத்து அப்புட்டு அழகா வருமாம். " என்றான் கதிர் விழிகள் விரிந்த ஆனந்தத்தில்.

"அது சரி... ஆனா நீ பென்சிலில் தானே எழுதனும். அப்புறம் உனக்கு எதுக்கு பேனா ? "

"அம்மா... அடுத்த வருஷம் நான் ஆறாவது போகப்போறேன் இல்ல... ஆறாவதில் இருந்து பேனாவில் தான் எழுதனும். அதுக்கு தான் அதை வாங்கணும்னு நினைக்கறேன். "

"இன்னும் மூணு மாசம் ஐஞ்சாம் வகுப்பில் தானே இருப்பே... அதுக்கு அப்புறம் இரண்டு மாசம் முழாண்டு லீவ் வேற வந்திரும்... இப்பவே அந்த பேனாவை வாங்கி என்னத்தை பண்ணப்போற ? "

"அம்மா... "

"கதிரு.... நீ தான் வூட்டுக்கு மூத்தவன். குடும்ப கஷ்டத்தை புரிஞ்சி நடந்துக்கோ. அடுத்த மாசம் உன் அத்தை மகளுக்கு காது குத்து வெச்சிருக்காங்க... அதுக்கே சீரு செய்யே ரூபா இல்லன்னு நாங்க முழிச்சிக்கிட்டு கிடக்கோம்... இதுல நீ வேற வீண் செலவு வெக்காதே. " என்று வடிவு கூறவும்...

கதிர் , " இந்த ஒரு தரம் மட்டும் நோட்டு வாங்க காசு கொடுங்கம்மா... போட்டியிலே கலந்துக்க வாங்க வேண்டிய பொருளுக்கான ரூபாக்கு நானே சேத்துக்கறேன். உங்ககிட்ட ரூபா கேட்டு தொல்லை பண்ண மாட்டேன். " என்றான்.

"நீயே சேத்துக்கறியா ? எப்படி சேப்பே... " என்று ராசு கேட்டான். எனில் தீனிக்கு கூட கதிருக்கு அவர்கள் காசு தருவதில்லை. ராசுவே ஏதேனும் வாங்கி வந்து தந்துவிடுவான். அதனால் தான் ராசு அப்படி கேட்டான்.

"அது... நம்ம முருகேஷன் மாமா பூட்டு சுத்த காசு தருவாரு இல்லப்பா... தினமும் பள்ளிக்கூடம் விட்டு வந்ததும் நான் போய் பூட்டு சுத்தி தந்து ரூபா சேர்ந்திடவேன். " என்றான் கதிர்.

அதை கேட்ட வடிவு வாய் பிளந்த படியே நிற்க... அவன் தெளிவான சிந்தனையை நினைத்து பூரித்தான் ராசு.

"சரி... நோட்டு வாங்க ரூபா நான் தரேன். ஆனா மூணு நாள் ஆகும். நேத்து அத்தை வந்ததாலே கறி எடுக்க முன் பணம் வாங்-கிட்டேன்... அதனால இப்ப போய் திரும்பவும் கேட்க முடியாது. இந்த மூணு நாளைக்கு உன்கிட்ட இருக்கற நோட்டு புஸ்தகத்தை வெச்சி அனுசரிச்சு எழுதிக்கோ... மூணு நாள் கழிச்சி.. அப்பா கண்டிப்பா நோட்டு வாங்க ரூபா தரேன். " என்று ராசு கூற

"ஏங்க மாமா... என்ன இது நீங்களும் அவனுக்கு ஒத்து ஊதிக்கிட்டு இருக்கீங்க. அவன் வேலைக்கு போறேன்னு சொல்லுறான் நீங்களும் சரிங்கறீங்க.... புள்ளையே வேலைக்கு அனுப்பி வயித்தை கழுவற நிலைமை நமக்கு இன்னும் வரலே... " என்று வடிவு கடிந்துக்கொள்ள...

"அவன் தேவைக்கு அவன் சம்பாதிக்க போறான்... இதுல உனக்கும் எனக்கும் என்ன குறைச்சல் வந்திடப்போகுது.... பேசாம போய் வேலையை பாரு புள்ள... " என்ற ராசு வீட்டில் இருந்து வெளியேறினான்.

கதிர் செய்வதறியாது அமர்ந்திருக்க... "எடேய் , அதுதான் உங்க அப்பா சொல்லிட்டாறே அப்புறமும் ஏன் மூஞ்சை தூக்கி வெச்சிக்கிட்டு இருக்கே... போ... போய் பள்ளிக்கொடத்துக்கு கிளம்பு. " என்று கதிரிடம் கூறிய வடிவு.... "வர வருமானம் வயித்துக்கே பத்த மாட்டேங்குது... இதுல கல்யாணம் காது குத்து சடங்கு சம்பிரதாயம்னு ஆயிரம் வருது.... அதெல்லாம் போதான்னு இவனுங்க வேற.... போட்டி அது இதுன்னு உயிரை வாங்கறாங்க. " என்று முணுமுணுத்தபடியே அடுப்பை ஊதிக்கொண்டு இருந்தாள்.

"மூணு நாளை எப்படி தாட்றது ? வாத்தியாருக்கிட்ட போய் நோட்டு இல்லன்னு நிக்க முடியுமா ? " என நினைத்து பயந்த படியே பள்ளிக்கு கிளம்பி சென்றான் கதிர்.

முகத்தை தொங்கவிட்ட படியே வகுப்பில் அமர்ந்திருந்தான். அவனை "எடேய் கதிரு... " என அழைத்து நிமிர வைத்தான் பால்ராஜ்.

"சொல்லு பால்லு... " என்று சோகமாக கதிர் பேச... " என்னாச்சு கதிரு ? " என்றான் பால்ராஜ். கதிர் நடந்தவைகளை கூறினான்.

"பரவாயில்லையே உங்க அப்பா எல்லாத்துக்கு ஒத்துக்கிட்டாறே.... அதிசயம் தான் போ... "

"பால்லு... இப்ப வாத்தியாரு கிட்ட போய்... மூணு நாள் கழிச்சி தான் நோட்டு வாங்க முடியும்னு எப்படி சொல்றது... அவரு கோவப்பட்டு நீ போட்டியிலையே கலந்துக்க வேண்டான்னு சொல்லிட்டா.... அப்புறம் எல்லாம் வீணா போயிடுமே... " என்று பயத்துடன் கூறினான் கதிர்.

அதை கேட்ட பால்ராஜ்... "எடே கதிரு... கண்ணை மூடு.. " என்றான்.

"எதுக்குடே.. ? "

"மூடு சொல்றேன்... " என்றவன் கூற... கதிர் தன் இமைகளை மூடினான்.

அத்தியாயம் - 5

கண்களை மூடி நின்ற கதிர் முன்... "டொன்டோடையின்... " என்று சத்தமிட்டபடி பால்ராஜ் ஒன்றை நீட்டினான். கதிர் கண்களை திறக்க... அவன் கண்முன் தெரிந்தது ஒரு நோட்.

"எடேய் , பால்லு... என்னடே இது ? " என்று விழிகளை விரித்து கேட்டான் கதிர்.

"உங்க அப்பாவுக்கு கூலி கிடைக்க இன்னும் நாளாகும்னு நீ சொன்னியே... அதுதான் மச்சு வீட்டு அண்ணன் கிட்ட.... அதோட பழைய நோட் இருந்தா கொடுக்க முடியுமான்னு கேட்டேன்.... அந்த அண்ணன் நாலு அஞ்சு நோட்டு கொடுத்துச்சு... அதுல இருந்த எழுதாத

காகிதத்தை எல்லாம் கிழிச்சி எடுத்து... உனக்காக ஒரு புது நோட் தயார் பண்ணிட்டேன். உங்க அப்பா புது நோட் வாங்கி தர வரைக்கும் இதை வெச்சிக்கிட்டு நீ எழுதி பழகு... " என்று புன்னகையுடன் கூறினான் பால்ராஜ். நெகிழ்ச்சியில் கதிர் கண்கள் குளமானது. தன் நண்பனை கட்டிக்கொண்டு நன்றி கூறினான்.

மதிய உணவு இடைவெளியில் நீலகண்டன் வாத்தியாரை காண ஆசிரியர் அறைக்கு சென்றான் கதிர்.

"சார்... " என்று அழைத்துவிட்டு அவரின் அனுமதிக்காக காத்திருந்தான். அவரும் இவன் அழைப்பு கேட்டு திரும்பினார். கண்ணசைத்து கதிரை உள்ளே வரும் படி கூறினார்.

"என்னடே நோட்டு வாங்கி வந்துட்டியா ? "

"வாங்கிட்டேன் சார்... "

"நோட்டை கொண்டா... நான் எழுதி தரேன். அதை நல்லா பாடம் பண்ணி அழகா எழுதி பழகணும் சரியா... " என்றபடியே அவர் கையை நீட்ட அவன் தயக்கத்துடன் தன்னிடம் இருந்த நோட்டை நீட்டினான்.

அதை வாங்கிய வாத்தியார்... எதுவும் கூறாமல் அதில் எழுதிக் கொடுத்து... அந்த கட்டுரையின் சாராம்சத்தை விளக்கினார். கதிரும் கவனமாக கேட்டுக்கொண்டான்.

நேரம் கிடைக்கும் போதெல்லாம் அந்த கட்டுரையை பாடம் செய்து எழுதி பார்த்தான். மாலை பள்ளி விட்டதும் வீட்டுக்கு சென்றவன்... முதல் வேலையாக முருகேஷன் மாமாவை காணச்சென்றான்.

"மாமா.. மாமா.. "

"எடேய் கதிரு... என்னடே இந்த பக்கம். அப்பா எதுவும் பாவு நூல் வாங்கி வரச் சொன்னாறா ? " என்று கேட்ட படியே வந்தார் முருகேஷன்.

"இல்ல மாமா... எனக்கு பூட்டு சுத்தற வேலை தரீங்களா ? " என்று தயங்கி தயங்கி கேட்டான் கதிர்.

"உனக்கு வேலையா ? "

"ஆமாம் மாமா... "

"எடேய் நீ பள்ளிக்கூடத்துக்கு போகலையா ? "

"போறேன் மாமா.. "

"அப்புறம் எதுக்குடே வேலக்கேட்கற... "

"மாமா... எங்க பள்ளிக்கூடத்துல ஒரு போட்டி வெச்சிருக்காங்க. அதுல கலந்துக்க பேப்பர் காகித பென்சில் , ரப்பரு , பென்சில் சீவுற மெஷினு அடிஸ்கேலு எல்லாம் வாங்கணும். அதுக்கு தான் மாமா வேலை கேட்கறேன். "

"அது சரி... உங்க அப்பா கிட்ட கேட்கறது... "

"இல்ல மாமா... நான் பெரிய பையன்... எனக்கு வேண்டியதை வாங்க நானே சம்பாதிக்கலான்னு நினைக்கறேன். " என்று கதிர் கணீர் குரலில் கூற.... அவன் மெல்லிய தேகத்தில் உள்ள நெஞ்சுரத்தை கண்டு மெச்சிக்கொண்டார் முருகேஷன்.

"அதுக்கு இல்லடே.... இப்ப நான் வேலை தரேன்னு வெச்சிக்கோ.... உன் காரியத்துக்கு ரூபா சேர்ந்ததும் நீ வேலையை விட்டு நின்னுடுவே... அப்புறம் வேற ஆளை தேடி நான் அலையனும்... அதுக்கு பள்ளிக்கூடத்துக்கு போகாத பயலா வேலைக்கு வெச்சா... எனக்கு சௌகரியமா இருக்கும் இல்ல.... "

"இல்ல மாமா... நான் அப்படி எல்லாம் நின்னுட மாட்டேன். எனக்கு வேண்டிய ரூபா கிடைச்சிட்டாலும் வேலைக்கு வருவேன். நீங்க தர ரூபாவை சேர்த்து வைப்பேன். "

"ஆங்... பாருடே.. ஆலாங்கு மாதிரி இருந்துக்கிட்டு... பெரிய பெரிய பேச்செல்லாம் பேசறதை... " என்ற முருகேஷன்... "சரி... எத்தனை மணிக்கு வேலைக்கு வருவே... ? " என்று கேட்டார்.

"மாமா , காலையில் ஆறு மணிக்கு வந்திட்டு எட்டு மணிக்கு போறேன்... திரும்பியும் சாயந்திரம் பள்ளிக்கூடம் விட்டதும் வந்து இருட்டற வரை வேலை செய்யறேன். " என்றான்.

"ம்... எல்லா கேள்விக்கும் பதிலோட தான் வந்திருக்க... சரி , நாளையில் இருந்து வேலைக்கு வந்திரு... " என்று முருகேஷன் கூற அவருக்கு நன்றி கூறி கிளம்பினான் கதிர்.

ஒரு வாரமாக ஓய்வில்லாமல் ஓடிக்கொண்டு இருக்கிறான். அவனை காண்கையில் வடிவின் கண்கள் கலங்கியது. ராசுவிடம் சென்று... "மாமா , புள்ள ஓய்வு இல்லாம சுத்தறான். இருட்ற வரை வேலை பார்க்கறான்.. விடிஞ்சதும் டீ தண்ணிக்கூட குடிக்காம ஓடறான். பள்ளிக்கூடதுல கூட சரியா சாப்பிடாம... எழுதறானாம். சின்னவன் சொன்னான். எத்தனையோ செலவு வருது... அவனுக்கு கொடுக்கறதால... ஒரு பத்து ரூபா கொறைஞ்சா பரவாயில்ல... நாம சாமாளிச்சிப்போம்... அவனை வேலைக்கு போக வேண்டான்னு சொல்லுங்க. " என்றாள் வடிவு கண்ணீருடன்.

"புள்ள.. அவன் இஷ்டப்பட்டு உழைக்கறான்... அவனை ஏன் கெடுக்கப் பாக்கறே... "

"அப்படி இல்ல மாமா... நாம தான் படிக்காம கஷ்டப்படறோம்... புள்ளைங்களாவது நல்லா படிச்சி சொகமா வாழட்டுமே. நம்ம கஷ்டத்தை ஏன் அவங்க மேல திணிக்கனும். "

"வடிவு... நம்ம புள்ளைங்க நல்லா படிப்பாங்க. சொகமாவும் வாழ்வாங்க... ஆனா கஷ்டப்படாம இருப்பாங்களான்னு தெரியாது. ஒருவேளை எதிர்காலத்தில் அவங்களுக்கு ஒரு கஷ்டமான சூழ்நிலை வந்தா... அதை தைரியமா எதிர்த்து நின்னு போராடற மனசு அவங்களுக்கு வேணும். அந்த மனசை இப்ப தான் நாம உருவாகி கொடுக்க முடியும். இப்ப கஷ்டம் தெரியாம வளர்த்துட்டா... நாளைக்கு நம்ம புள்ளைங்க கஷ்டத்தை பார்த்து பயந்து மூளையில் முடங்கிப்பாங்க. அவன் செய்றதை செய்யட்டும்.... அவனை தடுக்காதே. நீதானே சொன்ன... அவன் வீட்டுக்கு மூத்தவன் பொறுப்பா நடந்துக்கணும்னு... இப்ப நீயே அவன் பொறுப்பை விட்டு விலகி வரச்சொல்லாமா ? " என்று ராசு கேட்க... வடிவு வியப்பாக அவனை பார்த்தாள்.

"என்னத்துக்கு இப்படி பாக்குற... " என்று ராசு கேட்கவும்... "இல்ல என் மாமா.... இப்படி எல்லாம் பேசும்னு நான் எதிர்பார்க்கல... அதுதான்.... " என்று இழுத்தாள் வடிவு.

"எனக்கு நாலு நல்ல மனுசங்களோட பழக்க வழக்கம் இருக்கு புள்ள... அவங்க பேசும்போது கேட்பேன்... சரியா பேசறாங்களேன்னு தோணும். படிக்கறவங்க தான் பெரிய மூளைக்காரங்களா இருக்கணும்னு இல்லையாம் புள்ள... நல்ல நல்ல சேதிகளை காதால கேட்டு... அதை உணர்ந்து நடந்துக்கறவங்களும் மூளைக்காரங்க தானாம். இதுவும் ஒரு நல்ல மனுசன் சொன்னது தான்... " என்று புன்னகையுடன் கூறிய ராசு... அவள் கன்னத்தில் லேசாக கிள்ளிவிட்டு நகர்ந்தான்.

அடுத்து வந்த வார தொடங்கத்தில் கதிரை அழைத்த ஆசிரியர்... அவனிடம் இதுவரை பாடம் செய்ததை எழுதிக்காட்ட சொன்னார். அவனும் எழுதிக்காட்ட அமர்ந்தான். அவன் விரல்களை விட உயரத்தில் சிறுத்துப்போயிருந்த பென்சிலை பிடித்து... பால்ராஜ் தந்த நோட்டின் இறுதி பக்கத்தில் எழுதத்தொடங்கினான்.

பத்து நிமிடம் கழித்து எழுந்து வந்து வாத்தியாரிடம் எழுதியதை காட்டினான். கட்டுரையின் முன்னுரை மட்டுமே எழுதி இருந்தான். ஆனால் அதில் பிழையே இல்லாமல் இருந்தது. அதைவிட அந்த சிறிய பென்சிலை வைத்து நேர்த்தியாக எழுதி இருந்த கதிரை அவருக்கு மிகவும் பிடித்துப் போனது.

"ம்... பரவாயில்லைடே... நல்லத்தான் எழுதி இருக்க... அடுத்த வாரம் இன்னும் கொஞ்சம் சேர்த்து படிச்சு எழுதி காட்டு... " என்று ஊக்கப்படுத்தி அனுப்பி வைத்தார். அவனும் மகிழ்வுடன் வீட்டுக்கு வந்தான். முகம் கழுவிக்கொண்டு வேலைக்கு கிளம்பினான்.

"வாடே கதிரு... டீ குடிக்கறியா ? " என்று கேட்டார் முருகேஷன்.

"வேணா மாமா... அம்மா இப்ப தான் வடிச்ச கஞ்சி கொடுத்துச்சு... குடிச்சிட்டு தான் வந்தேன். " என்று மலர்ந்த முகத்துடன் கூறிய கதிர் பூட்டு சுத்த எடுத்து வைத்தான். அவன் வேலையில் கண்ணும் கருத்துமாக இருப்பதை பார்த்தவர்... மெல்லிய சிரிப்புடன் நகர்ந்தார் முருகேஷன்.

வாத்தியாரின் வார்த்தைகளும்.. அவர் முகத்தில் தெரிந்த திருப்தியும் கதிரின் மனதில் சொல்ல முடியாத இன்பதை தந்தது. ஏதோ பெரிதாக சாதித்த உணர்வுடன் பூட்டு சுற்றிக்கொண்டு இருந்தான். சிந்தனையுடன் இருந்தவன்... கவனக்குறைவாக விரலை நசுக்கிக்கொண்டான். 'அம்மா.. ' என்று சிறிய அலறல் அவனிடம் இருந்து வெளிப்பட... முருகேஷன் விரைந்து வந்தார்.

"எடேய்... என்னாச்சு ? " என்றவர் கேட்க... ஒண்ணுமில்ல மாமா விரல் நசுங்கிடுச்சு... " என்றான் விரலை வாயில் வைத்தப்படியே.. அதை கண்டவர் அவனை அனுகி.. அவன் விரல் பிடித்து பார்த்தார். காயம் இல்லை... ஆனால் விரல் நன்றாக நசுங்கிவிட்டது என்பதை உணர்ந்தார்.

"சரிடே... நீ கிளம்பு... மிச்சத்தை காலையில் சுத்திக்கலாம். வீட்டு போயிட்டு.. நம்ம செட்டியார் கடையில் ஐஸ் கட்டி இருக்கும் அதை வாங்கி ஒத்தடம் வை... கிளம்பு.. " என்றார் முருகேஷன்.

"இல்ல மாமா... ஒண்ணுமில்ல நான் இப்பவே சுத்தறேன். இல்லன்னா காலையில் நேரமாகிடும். " என்றவன் வலியை பொறுத்துக் கொண்டு சுத்தத் தொடங்கினான். விரலில் வீக்கம் ஏற்பட தொடங்கியது. அதை உணராமல் கதிர் சுத்திக்கொண்டு இருந்தான். வேலையை முடித்துக்கொண்டு வீட்டுக்கு கிளம்பினான். யாரிடமும் விரல் நசுங்கியதை கூறவில்லை... இரவெல்லாம் வலியில் புரண்டு புரண்டு படுத்தவன்... காலையில் எழுந்து தான் வடிவிடம் கூறினான்.

"அம்மா... "

"கண்ணு... இரு.. டீயும் பன்னும் அப்பா வாங்கி வர போயிருக்காரு... வந்ததும் குடிச்சிட்டு அப்புறம் வேலைக்கு போவியாம். இன்னிக்கு அம்மா உனக்கு பிடிச்ச ரொட்டி சுட்டு வெக்கறேன்... சாப்பிட்டு பள்ளிக்கூடம் போவியாம். " என்று வடிவு மலர்ச்சியாக பேசிட...

"அம்மா.. நேத்து.. பூட்டு சுத்தும் போது விரல் நசுங்கிடுச்சு... அப்ப வலிக்கல... இப்ப லேசா வலிக்கறாப்புல இருக்கு. " என்றபடியே விரலை நீட்டினான் கதிர்.

"என்னடே கதிரு... இப்படி வீங்கி இருக்கு ? " என கேட்டு பதறினாள் வடிவு.

அவ்வேளையில் ராசுவும் வந்துவிட... இருவரும் அந்த விரலுக்கு சுடு ஒத்திடம் கொடுத்தனர். வீக்கம் லேசாக குறைந்தது. இருந்தாலும் வடிவின் மனம் துடித்துப்போனது. ராசு தான் அவளை சமாளித்தான்.

"இன்னிக்கு நீ வேலைக்கும் போக வேண்டாம்... பள்ளிக்கூடத்துக்கும் போக வேண்டாம்.... அமைதியா வீட்டில் இரு. " என்று வடிவு கூற...

"அம்மா... இப்ப வலி இல்லம்மா... முருகேஷன் மாமா கிட்ட போய் சாயந்திரம் வரேன்னு சொல்லிட்டு வந்து... பள்ளிக்கூடத்துக்கு கிளம்பறேன். இன்னிக்கு வாத்தியாரு முக்கியமான பாடம் சொல்லித்தருவாரு.... " என்ற படியே எழுந்து ஓடினான் கதிர். செல்லும் அவனையே

பார்த்தபடி நின்றிருந்தனர் ராசுவும் வடிவும்.

விரல் வீக்கம் காரணமாக கதிரால் சரியாக எழுத முடியவில்லை. அதனால் கட்டுரையை பாடம் மட்டும் செய்தான். இரண்டு நாட்களில் விரல் இயல்புக்கு வந்துவிட... மீண்டும் தன் பயிற்சியை தொடங்கினான் கதிர்.

அத்தியாயம் - 6

விரல் வீக்கம் குறைந்து பயிற்சியை தொடங்க நினைத்த கதிருக்கு அப்போது தான் நோட்டு தீர்ந்ததே நினைவு வந்தது.

"ஆமாம் நோட்டு தீர்ந்து போயிடுச்சு இல்ல. நான் அதை மறந்தே போயிட்டேன். இன்னிக்கு சாயந்திரம் முருகேஷன் மாமா கூலி தருவாரு... அதை வாங்கி புது நோட்டும் புது பென்சிலும் வாங்கிடலாம். " என கூறிக்கொண்டே பள்ளிக்கு கிளம்பினான் கதிர்.

வழியில் , "எடேய் கதிரு... விரலு எப்படி இருக்கு ? " என்று கேட்ட படியே வந்தான் பால்ராஜ்.

"இன்னிக்கு பரவாயில்லடே பால்லு.... வலி இல்ல... " என்ற படியே அவனுடன் சேர்ந்து நடக்க தொடங்கினான் கதிர்.

கதிரின் தோளில் இருந்த மஞ்சப்பையும் பால்ராஜின் தோளில் இருந்த மஞ்சபையும் ஆடியதில் அவர்களின் தட்டுகள் ஒன்றோடு ஒன்று மோதிக்கொண்டது. அதன் சத்தம் கேட்டு சிரித்த இருவரும்... இடித்து இடித்து விளையாடிய படியே பள்ளியை அடைந்தனர்.

காலை வேளை வகுப்புகள் உற்சாகமாக தொடங்கியது. நீலகண்டன் வாத்தியார் தமிழ் பாடம் எடுத்தார். திருக்குறள் பற்றியும் அதை எழுதிய திருவள்ளுவரை பற்றியும் அவர் விரிவாக பாடம் நடத்த... அதன் சாராம்சத்தில் கதிர் ஈர்க்கப்பட்டான். மொழியின் பெருமை... அதை அழகாக பேசும் ஒருவரால் பலரையும் சென்றடையும். அப்படி தான் கதிரும் தமிழ் மொழி மீது காதல் கொண்டான் அவனை அறியாமலேயே.

"கற்க கசடறக் கற்பவை கற்றபின்
நிற்க அதற்கு தக.

இதுக்கு அர்த்தம் என்னன்னா ஒருத்தன் சரியான முறையில் படிக்கறதோட நின்னுட கூடாது... அதில் சொல்லி இருக்கற நல்லவழியில் போய் வாழ்க்கையில் படிச்சவன் அப்படிங்கறதுக்கு ஏத்த மாதிரி நெறியாளனா நிக்கனும். " என்று வாத்தியார் கூற... அது கதிரின் மனதில் பசு மரத்தாணி போல பதிந்தது.

மதிய உணவு இடைவெளியில் கட்டுரையை பாடம் செய்துக்கொண்டிருந்த கதிரை ஒரு சிலர் மாணவர்கள் அனுகினர்.

"எடேய்... " என்ற அழைப்பில் தலை நிமிர்ந்தான் கதிர்.

அவன் முன் அடுத்த வகுப்பை சேர்ந்த பாலகுமரனும்... அவன் நண்பர்களும் நின்றிருந்தனர். பாலகுமரன் நன்றாக படிக்கும் மாணவன். அவன் வகுப்பாசிரியர் மார்த்தாண்டத்தின் ஆஸ்தான மாணவன்.

"இவன் எதுக்கு இங்க வந்திருக்கான்... " என்ற குழப்பத்தோடு... "சொல்லு குமாரு... " என்றான் கதிர்.

"எடேய்.. நீ கெட்ட கேடுக்கு கட்டுரை போட்டி எல்லாம் தேவையா ? " என்றான் குமரனுடன் வந்திருந்தவன்.

"ஏன் ? அவனுக்கென்ன ? அவனெல்லாம் போட்டில கலந்துக்க கூடாதுன்னு வாத்தியாரு சொல்லலையே... அப்புறம் நீ எதுக்குடே இப்படி கேட்கறே ? " என்றபடியே வந்தான் பால்ராஜ்.

"எடேய்... நீங்க எல்லாம் வீட்டுப்பாடத்தை கூட ஒழுங்கா எழுதாத பயலுக... பரிட்சையில் பாஸ் கூட ஆகறது கஷ்டம்... அப்படி இருக்கும் போது.... எங்க குமாரு எழுதற போட்டியில இவன் கலந்துக்க போறான்னு சொல்றது சிரிப்பா இல்ல... " என கூறி அவர்கள் சிரிக்க...

"எடேய்... இப்படி எல்லாம் கேலி பேசினா பல்லை உடைச்சிடுவேன் பார்த்துக்கோ... " என்று மிரட்டினான் பால்ராஜ்.

"தோடா... மிரட்டறாரு... நாங்க எல்லாம் பயந்துட்டோம். " என்று விட்டு... மீண்டும் சிரித்தனர்.

"எடேய்.... " என்று பால்ராஜ் அடிக்க பாய... அவனை தடுத்தான் கதிர்.

"பால்லு... சும்மா இரு. சண்டை போடாதே. " என கூறி தடுத்தவன் குமாரை பார்த்து... "குமாரு நீ நல்லா படிக்கற பையன்... நாங்க எல்லாம் சுமாரா படிக்கற பயலுங்க தான். ஆனா.. நல்லா படிக்கற பயலுங்க தான் போட்டியில கலந்துக்கனும்னு யாரும் சொல்லலே... ஒரே வேல உங்க வாத்தியாரு அப்படி சொன்னாறா என்ன ? அப்படி இருந்தா... நான் வாத்தியாருக்கிட்ட கேட்டு தெரிஞ்சிக்கறேன்... சரியா. இப்ப உன் கூட்டாளிங்களை கூட்டிக்கிட்டு போ... " என்றான் கதிர் பொறுமையாக.

அவனை இளக்காரமாக பார்த்த குமார் , "நீ எல்லாம் எனக்கு ஒரு ஆளே இல்லடே. பாடத்தையே ஒழுங்கா எழுத தெரியாத நீ போட்டியில் கலந்துக்கிட்டு அவமானப்படாதேன்னு சொல்ல வந்தேன். ஆனா உனக்கு அதுல இஷ்டமில்ல போல... பரவாயில்லை... நல்லதுக்கு காலமில்ல. நீ கலந்துக்கோ... எப்படியும் பரிசு எனக்கு தான் கிடைக்கும். நீ அவமானப்பட்டு தான் நிக்கப்போற... அப்ப நீ என்ன அழுது புரண்டாலும்... போன மானம் திரும்ப கிடைக்காது... பார்த்துக்கோ. " என்றான்.

"அது எப்படி நீதான் ஜெயிப்பேன்னு உறுதியா சொல்ற ? நீ தான் கலந்துக்கறியா ? மொத்தம் பத்து பேரு கலந்துக்கறாங்க... இதுல உனக்கு தான் ஜெயிப்புன்னு இப்பவே சொல்லிக்கறது.... சின்னபுள்ள தனமா இருக்கு. " என கூறி சிரித்தான் பால்ராஜ்.

"சிரிடே நல்லா சிரி... போட்டியோட நடுவர் யாரு தெரியுமில்ல ? " என்று தெனாவெட்டாக கேட்டான் குமார்.

"யாரு ? "

"எங்க வாத்தியாரு மார்த்தாண்டம் ஐயா தான். அவருக்கு என்னை எப்புட்டு புடிக்கும்னு இந்த பள்ளிக்கூடத்துகே தெரியும். அவரே கைப்பட எழுதிக் கொடுத்த கட்டுரையை தான் நான் போட்டியில் எழுதப்போறேன். அப்ப எனக்கு தானே பரிசு கிடைக்கும். " என்றவன் ஒற்றை புருவம் உயர்த்தி கேட்க... கதிர் முகத்தில் அச்சத்தின் ரேகை படர்ந்தது.

அவன் மாற்றத்தை கண்டவன்... "எடேய் உன் நல்லதுக்கு தான் சொல்றேன். இப்பவே போட்டியில் இருந்து விலகிக்கோ... இல்லன்னா தேவையில்லாம அசிங்கப்படுவே. " என்று சுட்டுவிரல் நீட்டி எச்சரித்தபடியே நகர்ந்தான் பாலகுமரன்.

"எடேய் கதிரு... என்னடே இவன் இப்படி சொல்லிட்டு போறான். ஏற்கனவே நம்ம வாத்தியாருக்கும்... அந்த வாத்தியாருக்கும் ஆகவே ஆகாதுடே. அவரு எப்ப பார்த்தாலும் நம்ம வாத்தியாரை குறை சொல்லிக்கிட்டே இருப்பாரு... இப்ப அவரே எழுதிக்கொடுத்த கட்டுரைக்கு தானே பரிசு தருவாரு ? உனக்கு எப்படி பரிசு கிடைக்கும். உன் கஷ்டம் எல்லாம் வீணா போயிடுச்சு கதிரு. " என்றான் பால்ராஜ் வருத்தத்துடன்.

கதிர் நேராக நீலகண்டன் வாத்தியார் இருக்கும் ஆசிரியர் அறை நோக்கி ஓடினான். அங்கே அவரை காணவில்லை. அங்கே இருந்தவர் மார்த்தாண்டம் தான். இவனை கண்டதும்... " என்னடேய் இந்த பக்கம் ? " என்றவர் கேட்க.

"எங்க வாத்தியார் நீலகண்டன் சாரை பார்க்க வந்தேன் ஐயா... " என்றான் கதிர் திணறலுடன்.

"அவரு அரை நாள் விடுப்பு எடுத்துக்கிட்டு வீட்டுக்கு போயிட்டாரு. நாளைக்கு தான் வருவாரு. " என்றவர் கூற... கதிர் மௌனமாக அங்கிருந்து நகர முயன்றான்.

"எடேய்... இங்க வா... " என்றவர் அழைக்க கதிர் சிறிய நடுக்கத்துடன் உள்ளே நுழைந்தான்.

"ஐயா.. " என்றபடியே அவரை பார்த்தான்.

"ஏன்டேய் நீ கட்டுரை போட்டியில் கலந்துக்கறியா ? "

"ஆமாங்க ஐயா... "

"யாரு எழுதி தந்ததை எழுதப்போற ? "

"எங்க வாத்தியாரு எழுதி தந்தாரு ஐயா. அதை தான் எழுதப்போறேன். "

"ஏன்டேய்... அவனே இங்கிலீஷு படிச்சவன். அவன் தமிழுக்கு கட்டுரை எழுதி தந்ததே காமடி. அதை நீ எழுதறது அதை விட பெரிய காமடி. " என்றவர் சிரிக்க... கதிர் கை கட்டி அமைதியாக நின்றிருந்தான்.

"ஆமாம்... அரையாண்டு பரிட்சையில் நீ பாஸா ? பெயிலா ? " என்றவர் கேட்க...

"கணக்கு பாடத்தில் மட்டும் தான் பெயிலுங்க ஐயா... " என்றான் கதிர் மிக மெல்லிய குரலில்.

"ஆங்... மொத்தத்தில் பெயிலு. உனக்கு எதுக்குடே இந்த போட்டி எல்லாம். போட்டிக்கு தயாராகற நேரத்தில் பாடத்தை படிச்சா... பாஸாகலாம் இல்ல. இந்த வருஷம் பாஸாகலன்னா... பெரிய பள்ளிக்கூடம் போக முடியாது... தெரியுமாடே உனக்கு. அடுத்த வருஷமும் ஐஞ்சாம் வகுப்பே படிக்க வேண்டியது தான். அப்படி இல்லன்னா... வேலைக்கு போக வேண்டியது தான். இப்பவே நீ வேலைக்கு போறதா கேள்விப்பட்டேன்... " என்றவர் பேச்சை நிறுத்தி அவனை பார்த்தார். அவன் பதிலேதும் பேசாமல் நிற்க... "பார்த்துக்கோ... பெயிலானா... உங்க அப்பா உன்னை முழுநேர வேலைக்கு அனுப்பிட போறாரு. போனா தடவை பெயிலான பாதி பயலுங்க... இப்ப தறி பட்டறைக்கு வேலைக்கு போறாங்க. நீயும் அதுல ஒருத்தனா மாறிட போற... " என்றுவிட்டு அமைதியானார்.

அவர் அமைதியாக சில நொடிகள் இருக்கவும் கதிர் அவரிடம்... "ஐயா நான் வகுப்புக்கு போகலாமா ? " என்று கேட்டான்.

"ஆங்... இன்னும் நீ நின்னுக்கிட்டு தான் இருக்கியா ? போ.. போ.. மணி அடிக்க போறாங்க... வெரசா போ... " என்று கூறிட.... கதிர் அங்கிருந்து வெளியேறி தன் வகுப்பை அடைந்தான்.

"என்னடே கதிரு ? முகத்தை ஏன் தொங்க போட்டிருக்க ? " என்று பால்ராஜ் கேட்க... அங்கே நடந்தவைகளை கூறினான் கதிர்.

"என்னடே இது.... ? பெயிலானா திரும்பவும் ஐஞ்சா வகுப்பே படிக்கனுமா ? "

"அப்படி தான் வாத்தியாரு சொன்னாரு. "

"கதிரு... அப்ப நீ போட்டியில கலந்துக்கறது பதிலா கணக்கு பாடத்தை நல்லா பாடம் செய்டே... இல்லான்னா நீ திரும்பவும் ஐஞ்சாப்பே படிக்க வேண்டியதா ஆகிடும். எனக்கு ஒன்னும் பிரச்சனை இல்லை... நான் பெயிலானாலும்... எங்க அப்பாவோட பட்டறைக்கு போயிடுவேன். ஆனா நீ படிக்கனும்னு ஆசைப்படறவன். உன் அப்பா அம்மாவுக்கும் உன்னை படிக்க வைக்க ஆசை இருக்கு. ஒருவேளை நீ பெயிலானா... இந்த பையன் படிக்க மாட்டான் போல வேலையாவது கத்துக்கட்டும்னு சொல்லிட போறாங்க. போனா வருஷம் எங்க பெரியம்மா பையனை அப்படி தான் நிறுத்திட்டாங்க. இப்ப அண்ணன் நூல் போடற வேலைக்கு போகுது. " என்றான் பால்ராஜ்.

கதிர் மனதில் ஒரே குழப்பம். " இப்ப என்ன செய்வது ? இந்த வருடம் பாஸானால் தான் அடுத்த வருடம் ஆறாம் வகுப்பே செல்ல முடியும். ஆறாம் வகுப்பு சென்றால் தான் பேனாவில் எழுத முடியும். அதுவே கேள்விக்குறியானால்..... இந்த போட்டியில் ஜெயித்து வாங்கும் பேனாவிற்கு வேலையே இல்லாமல் போய்விடுமே. " என்ற கேள்வி எழ... கதிர் மனதில் எழுப்பிருந்த ஹீரோ பேனா கோட்டை... அடித்தளமற்ற கட்டிடம் போல சரிந்து விழுந்தது.

சோர்வுடன் வீட்டுக்கு வந்தவன்... தலையணை ஒன்றை எடுத்துப்போட்டு அப்படியே தலைசாய்த்தான். வேலை முடித்து வந்த வடிவு... மகன் படுத்திருந்த தோரணையை பார்த்து... அதிசயித்தாள்.

"கதிரு.. என்னாச்சு கண்ணு. மேலுக்கு முடியலையா ? இப்பவே படுத்திட்டே... " என்று கேட்ட படியே அவன் தலையை தொட்டுப் பார்த்தாள். உடல் வெப்பம் சீராகவே இருந்தது. நிம்மதி பெருமூச்சை விட்ட வடிவு... "காய்ச்சல் இல்ல... அசதியா இருக்கா கதிரு ? அம்மா... டீ தண்ணி வாங்கி வரேன் குடிக்கறியா ? " என்று கேட்க... சரியென தலையை அசைத்தான் கதிர். அவன் பயத்தை வீட்டில் சொன்னால் ஏதேனும் பிரச்சனை வந்துவிடுமோ... என நினைத்து தனக்குள்ளேயே வைத்துக்கொண்டான்.

அத்தியாயம் - 7

பரிசு வாங்கியும் உபயோகம் அற்றுப்போய் விடுமோ என்ற அச்சத்தில் கதிர் உறைந்திருந்தான். தேநீர் வாங்கி வந்த வடிவு அவனுக்கு அதை பருகக்கொடுக்க... சிந்தனையுடனே பருகினான்.

"என்னாச்சு கண்ணு ? " என்று கேட்டபடியே வடிவு அவன் தலை முடியை வருடிவிட... "ஒன்னுமில்ல ம்மா... " என்றபடியே அவள் மடியில் தலைசாய்த்தான் கதிர்.

"வேணா இன்னிக்கு வேலைக்கு லீவ் போட்டுகோ கதிரு. உனக்கு உடம்பு அசதியா இருக்குன்னு நான் போய் முருகேஷன் அண்ணன் கிட்ட சொல்லிடறேன். "

"... "

"என்ன கண்ணு சொல்லிடவா ? "

சற்றே யோசித்தான் கதிர்... வேலையில் சேரும்போது அவரிடம் தந்த வாக்குறுதி நினைவுக்கு வந்தது. "இல்லம்மா.... எனக்கு உடம்புக்கு நல்லா தான் இருக்கு. நான் வேலைக்கு போறேன். " என்றவன் எழுந்து முகம் கழுவ சென்றான்.

"என்ன வேணா நடக்கட்டும்.... இப்ப இருக்கற வேலையை பார்ப்போம். " என நினைத்துக் கொண்டு வேலைக்கு சென்றான். அவனுக்கு அன்று கூலி கொடுத்தார் முருகேஷன். அதை வைத்துக்கொண்டு ஒரு நோட்டு ஒரு பென்சில் ஒரு அழிப்பான் வாங்கிவிடலாம். இந்த வார பயிற்சிக்கு அது போதும்... அடுத்த வாரம் கிடைக்கும் கூலியில் கட்டுரை போட்டிக்கு தேவையான பேப்பர் பென்சில் அடிஸ்கேல் எல்லாம் வாங்கிக்கொள்ளலாம் என நினைத்திருந்தான்.... இப்போது போட்டியில் கலந்துக்கொள்வதே கேள்விக் குறியானதால்... அந்த கூலியை என்ன செய்வது என்று யோசித்தான் கதிர்.

வீட்டுக்கு வந்தவன் அந்த கூலியை வடிவிடம் கொடுத்தான். "அம்மா , முருகேஷன் மாமா இன்னிக்கு வேலை செஞ்ச கூலி ரூபா கொடுத்தாரு. இந்தாங்க.. " என்றவன் பணத்தை கொடுக்க..

அதை கைகள் நடுங்க பெற்றுக்கொண்ட வடிவு... "கண்ணு... இந்த ரூபா உன் படிப்பு தேவைக்கு மட்டும் தான் செலவு செய்யனும். பத்திரமா வெச்சிக்கோ... நல்லா படிச்சு பெரிய ஆளா வரனும்.... சரியா ? " என்று ஆசி கூறி அவன் கைகளிலேயே அந்த பணத்தை தந்தாள்.

"அப்ப உனக்கு வேணாமா அம்மா... வீட்டு செலவுக்கு.... "

அப்போது ராசு வீட்டிற்குள் நுழைய.. அவன் காதுகளில் கதிர் வார்த்தைகள் விழுந்தது. அதை கேட்ட ராசு , "வீட்டுச் செலவுக்கு நாங்க சம்பாதிச்சிப்போம் கதிரு. உன்னை வேலைக்கு அனுப்பறது... உன் தேவைக்கான பொருட்கள் வாங்கிக்க மட்டும் தான். ரூபாவை பார்த்து... படிப்பில் கோட்டை விட்டுடாதே.... இப்படி தான் நேசமணி மவன்... பத்து ரூபா கூலியை நினைச்சு பெருமைப்பட்டு படிப்பை நிறுத்தினான்... ஐஞ்சு வருஷம் கழிச்சும் அதே பத்து ரூபா தான் வாங்கறான். ஆனா அவனோட படிச்ச சேகர் மவன்... மாசம் பத்தாயிரம் சம்பளம் வாங்கறான். சோக்க துணிமணி போட்டுக்கிட்டு ராசா மாதிரி ஊரை சுத்தி வரான்... அவங்க அப்பாவுக்கு எத்தனை பெருமை தெரியுமா ? இப்ப கிடைக்கற சின்ன பணத்தை பெருசா பார்த்து... எதிர்காலத்தை சின்னதாகிடாதே. " என்றிட.... கதிர் ஏதோ புரிந்தவனாக அந்த ரூபாயை தன் பள்ளிக்கூட பையில் வைத்தான்.

அதை கவனித்த ராசு , "பையில் வைக்காதே... ஒரு உண்டியல் வாங்கிட்டு வந்து... அதுல போட்டுவை... தேவைப்படும் போது எடுத்துப்பியாம். " என்றான்.

"சரிப்பா... ஆனா நாளைக்கு நோட்டு வாங்கனும்... வாங்கிட்டு மிச்ச ரூபா இருந்தா... உண்டியல் வாங்கிட்டு வந்திடறேன். அடுத்த வாரக்கூலியை அதுல போட்டு வெச்சிக்கறேன். " என்றான் கதிர்.

"சரி , சாப்பிட்டு தூங்குங்க... " என்ற ராசு வெளியே இருந்த குத்து சுவரில் சென்று அமர்ந்துக்கொண்டான். பிள்ளைகள் உணவு உண்டுவிட்டு உறங்கினர். அதன் பிறகு ராசுவும் வடிவும் உணவு உண்ண அமர்ந்தனர்.

"மாமா , அண்ணி புள்ளைக்கு ஒரு ஜோடி தோடு வாங்கனுமே... பண்ண முதலாளி கிட்ட முன் பணம் எதுவும் கேட்டீங்களா ? "

"கேட்டிருக்கேன் புள்ள... அவரு பார்க்கலான்னு சொல்லி இருக்காரு. ஆனா முடிவா தரேன்னு சொல்லலே.. அதான் யோசனையா இருக்கு... "

"ஏன் மாமா... என் தோடு இருக்கே.. அதை அடக்கு வெச்சா சின்னதா ஒரு ஜோடி தோடு வாங்க முடியுமா ? "

"ஏன் புள்ள... உனக்குன்னு இருக்கறதே அது ஒண்ணுதான்... அதையும் அடக்கு வெச்சிட்டு உட்கார்ந்து இருப்பியா ? பேசாம இரு... நான் பார்த்துக்கறேன். " என்றவன் பாதி சாப்பாட்டில் எழுந்துக்கொண்டான்.

மறுநாள்... கதிர் பள்ளிக்கு கிளம்பினான். வழக்கமான உற்சாகம் இல்லாமல் நடந்து வந்த நண்பனை தோளோடு தோளாக சேர்த்து அணைத்த படியே நடந்தான் பால்ராஜ்.

"என்னடே ஒரு மாதிரியா இருக்க ? போட்டியில கலந்துக்கறதை பத்தி முடிவெடுத்திட்டியா ? " என்றவன் கேட்க....

"பால்லு... நம்ம வாத்தியாரு கிட்ட ஒரு வார்த்தை கேட்கனும்டே.... ஏன்னா நாம போய் கேட்டதும்... நமக்கு சொல்லிக்கொடுத்தாரு... அவருகிட்ட சொல்லாம போட்டியில் இருந்து விலகறது அவருக்கு மரியாதையா இருக்காது.... "

"ஆமாம்டே.... அப்புறம் கோவம் வந்து பாடத்தை நமக்கு சரியா சொல்லித்தராம போயிட்டா என்ன பண்ணறது. நீ அவருகிட்ட ஒரு வார்த்தை சொல்லிடு... அதான் சரியா இருக்கும். " என்றான் பால்ராஜ்... அதற்குள் பள்ளியும் வந்துவிட்டது.

நேராக வகுப்பிற்கு சென்றவர்கள் மஞ்சப்பையை வகுப்பில் வைத்துவிட்டு... ஆசிரியர் அறை நோக்கி சென்றனர். அறையின் வெளியே இருந்து தலையை மட்டும் நீட்டி உள்ளே எட்டி பார்த்தனர்... உள்ளே நான்கைந்து ஆசிரியர்கள் இருந்தனர். அதனால் இப்போது பேச முடியாது என நினைத்து திரும்பி வகுப்பிற்கு வந்து அமர்ந்தனர்.

மதியம் வரை நீலகண்டன் வாத்தியாரோடு தனியாக பேசும் வாய்ப்பு கிடைக்கவில்லை கதிருக்கு. மதிய உணவு இடைவெளியில் அவரே இவனை அழைத்திருந்தார்.

கதிர் சாப்பிட்டுக் கொண்டிருந்த வேளையில்... அவன் வகுப்பில் படிக்கும் சாமிகண்ணு அவனை நெருங்கினான். "எடேய் கதிரு வாத்தியாரு உன்னை கூப்பிட்டாரு... சீக்கிரம் சாப்பிட்டு போய்... அவரை பாரு. " என்றான்.

"எந்த வாத்தியாருடே... " என்று பால்ராஜ் கேட்க.

"நம்ம வாத்தியாரு நீலகண்டன் சாரு தான்டோய்... " என்றுவிட்டு நகர்ந்தான் சாமிகண்ணு.

வேக வேகமாக சாப்பிட்டு முடித்தவன்... கைகளை கழுவிக்கொண்டு ஓடினான் ஆசிரியர் அறை நோக்கி. அங்கே நீலகண்டன் வாத்தியார் மட்டும் தனியாக அமர்ந்திருக்க... " சார்.. " ன அழைத்தபடியே உள்ளே நுழைந்தான் கதிர்.

"என்னடே... இன்னிக்கு எழுதிக்காட்டனும்னு சொல்லி இருந்தேனே... ஆளு வரவே இல்ல... என்னாச்சு ? அவ்வளவு தான் உன் ஆசையா ? " என்றவர் கேட்க.

"அப்படி எல்லாம் இல்லீங்க சார்... நோட்டு ஆகிப்போச்சு... இப்ப கடைக்கு போய் வாங்கிட்டு வந்திடறேன். உடனே எழுதி காட்டிடறேன். " என்றான்.

"சரி போயிட்டு வெரசா வா... " என்றுவிட்டு அவர் தன் பணியில் மூழ்க... "சா..ர்.. " என்று தயக்கத்துடன் அழைத்தான் கதிர்.

"சொல்லுடே.... "

"சா..ர்.. இந்த வருஷம் பெயிலானா அடுத்த வருஷமும் ஐஞ்சாப்பே தான் படிக்கணுமா ? "

"ம்.. ஆமாம். "

"அப்போ... நான் போட்டியில கலந்துக்கிட்டா... மத்த பாடத்தை கவனிக்க முடியாம பெயிலாகிடுவேனா சார் ? " என்று கேட்டவன் குரல் உடைந்திருந்தது.

"யாரு அப்படி சொன்னா ? " என்று வாத்தியாரு கேட்க... நேற்று நடந்தவைகளை ஒன்று விடாமல் ஒப்புவித்தான் கதிர்.

"கதிர் , இந்த போட்டி இன்னும் ஒரு வாரத்தில் முடிஞ்சிடும். அது போக முழு பரிட்சை வர இன்னும் இரண்டு மூணு மாசம் இருக்கு. இப்ப எப்படி கட்டுரைக்காக படிக்கறையோ... அப்படி அடுத்த மூணு மாசமும் கருத்தா படிச்சா நீ நிறைய மார்க் எடுத்து பாஸ் பண்ணி ஆறாம் வகுப்பு போயிடுவே... அப்புறம் எதுக்கு பயப்படறேன்னு எனக்கு புரியல... " என்ற வாத்தியார் நிதானமான குரலில் பேசிட... கதிரின் மனம் லேசா தெளிவடைய ஆரம்பித்தது. இருந்தாலும் போட்டியின் முடிவு மார்த்தாண்டம் ஐயாவின் கைகளில் இருந்ததால் அவன் பயம் முற்றிலுமாக அகலவில்லை.

பயம் கலந்த முகபாவத்தில் அவரையே பார்த்துக்கொண்டு நின்றிருந்தான் கதிர்.

"என்னடே.... இன்னும் என்ன யோசனை ? "

"சார்.. இன்னும் ஒரு சந்தேகம் இருக்கு... அதை கேட்கவா ? கேட்டா நீங்க கோச்சிக்க மாட்டீங்களே ? "

"கோச்சிக்க மாட்டேன்... தைரியமா கேளு.... சந்தேகம் வந்தா அதை உடனே சம்மந்தப்பட்டவங்க கிட்ட பேசி... தீர்த்துக்கணும்... உன் சந்தேகத்தை கேளு.. " என்று ஊக்குவித்தார் ஆசிரியர்.

அதை கேட்ட கதிர் மனதில் தைரியத்தை வரவழைத்துக் கொண்டு தன் கேள்வியை கேட்டான்.

"சார்... மார்த்தாண்டம் ஐயா குமாருக்கு தான் பரிசு தருவாருன்னு பயலுங்க எல்லாம் பேசிக்கறாங்க. ஏன்னா போட்டியோட முடிவை எடுக்கப்போறது அவரு தானாம். குமாரு நல்லா படிக்கற பையன் வேற... அதுலையும் மார்த்தாண்டம் ஐயாவே அவனுக்கு சொல்லித்தராறாம்.... அப்படி இருக்கும்போது எனக்கு எப்படி பரிசு கிடைக்கும். "

"கதிரு... போட்டியோட முடிவு தெரிந்தெடுக்கற பொறுப்பு யாருக்கு வேணா இருக்கட்டும். ஆனா அவங்க தப்பு சொல்ல முடியாத படி எழுதறது நம்ம கையில் தானே இருக்கு. நீ எழுதறதில் சின்ன தப்போ... இல்ல ஒரு எழுத்துபிழையோ இருந்தா தானே... அதை காட்டி உன்னை நிராகரிக்க முடியும்... நீ அதுக்கு இடம் கொடுக்கலைன்னா..... பரிசு உனக்கு தானே கிடைக்கும். " என்று அவர் கூற கதிரின் முகம் ஆயிரம் விளக்கின் ஒளியை பெற்று பிரகாசித்தது.

"ஆமாம் சார்.... தப்பே இல்லன்னா முழு மார்க்கு போடணுமே... அப்ப பரிசு எனக்கு கிடைக்கும். அதுக்கான முழு முயற்சியும் நான் செய்வேன். " என்ற கதிர்... "சார்... நான் ஓடி போய் நோட்டும் பென்சிலும் வாங்கி வந்திடறேன்.... அனுமதி கொடுங்க சார்... " என்று கெஞ்சலாக கேட்டான் கதிர்.

அவரும் அவனை பார்த்து சிரித்தபடியே அனுமதி தந்தார். சிட்டாக பறந்தவன்.... சோப்பில் பத்திரப்படுத்தி வைத்திருந்த ரூபாயோடு கடையை அடைந்தான்.

ஏழு ரூபாய்க்கு நோட்டு பென்சில் அழிப்பான் எல்லாம் வாங்கியவன்... மிச்சத்தை பாக்கெட்டில் பத்திரப்படுத்தினான்.

"வீட்டிற்கு போகும் போது... உண்டியல் வாங்கிட்டு போகனும். இனி சம்பாதிக்கற ரூபாயை படிப்புக்காக செலவு செய்யனும். அப்பா சொன்ன மாதிரி... நானும் ராசா கணக்கா மாறுவேன். " என தனக்கு தானே கூறிக்கொண்டு பள்ளியை அடைந்தான்.

அன்று அவன் பாதி கட்டுரையை எழுதி காட்டினான். சிறு சிறு பிழைகள் வந்தது... எழுத்தில் அழகு சற்றே குறைந்திருந்தது... அவற்றை சுட்டிக்காட்டிய வாத்தியார்.... அடுத்த முறை இன்னும் சிறப்பாக எழுதச் சொல்லி அனுப்பி வைத்தார்.

அத்தியாயம் - 8

நாட்கள் நகர்ந்தது.. போட்டிக்கான நாள் நெருங்கி வந்துவிட்டது. இன்னும் இரண்டு நாளில் போட்டி. அதற்காக தயாராகி கொண்டிருந்தான் கதிர். எழுதி எழுதி பார்த்தான். பிழைகளை சரி செய்தான். கையெழுத்தை மெருகேற்றினான்.

மதிய உணவு இடைவேளையில் அவனை அழைத்தார் நீலகண்டன் வாத்தியார். அவனும் அவரை காணச்சென்றான். "சார்.. " என்றவன் அழைப்புக்கு வரச்சொல்லி கையசைத்தார் வாத்தியார்.

"கதிரு.. போட்டிக்கு இன்னும் இரண்டு நாள் தான் இருக்கு. நல்லா தயாராகிக்கோ... பேப்பர் பென்சில் எல்லாம் சரியா வெச்சிக்கனும். போட்டிக்கு நேரம் கொடுப்பாங்க... அந்த நேரத்துக்குள்ள எழுதி முடிக்கனும். உன்னால முடியும் தானே ? "

"முடியும் சார்.. "

"நல்லது... இப்ப ஒருமுறை நேரத்துக்கு எனக்கு எழுதிகாட்டு... அதே மாதிரி நாளைக்கும் ஒருமுறை எழுதிக்காட்டனும்... "

"சரிங்க சார்.. "

"உட்காரு.. " என்றவர் கூற... நோட்டோடு அமர்ந்தான் கதிர். நேரம் கொடுத்து அதற்குள் அவனை எழுதச்சொன்னார். அவர் தந்த நேரத்திற்குள் முக்கால் பங்கு எழுதிவிட்டான்... முடிவுரை எழுத ஆரம்பித்த போது... நேரம் முடிந்துவிட்டது.

"கதிரு... இன்னும் கொஞ்சம் வேகம் வேணும். " என்ற வார்த்தியார்... அவன் நோட்டை வாங்கிப்பார்க்க... எழுத்துபிழைகள் ஒன்றிரண்டு இருந்தது... ஆனால் எழுத்தின் வடிவம் அழகாக இருந்து.

"கையெழுத்து அழகா இருக்குடே... இரண்டு பிழை இருக்கு... முடிவுரை இன்னும் எழுதல... இதை எல்லாம் நாளைக்குள்ள சரி பண்ணிக்கோ... சரியா ? "

"ம்... சரிங்க சார். "

"சரி.. இப்ப நீ போகலாம். " என்றவர் கூறவும் அவரிடம் விடைப்பெற்று வகுப்பிற்கு வந்தான் கதிர்.

"எடேய் கதிரு.. வாத்தியாரு என்ன சொன்னாரு ? " என்று பால்ராஜ் கேட்க...

"நேரத்துக்குள்ள முடிக்கனுமாம் பால்லு... அதுக்கேத்த படி வேகமாக எழுதச்சொன்னாரு. "

"ஓ... அவங்க கொடுக்கற நேரத்துக்குள்ள எழுதி முடிக்கனுமா ? "

"ம்.. ஆமாம். " என்ற கதிர் சோர்வாக இருக்க...

"எடேய்... கதிரு நீ வேகமா முடிச்சிடுவடே... கவலைப்படாதே... உன்னால முடியும். " என்று ஊக்கப்படுத்தினான் பால்ராஜ். அதை கேட்டு நெகிழ்ந்தான் கதிர்.

"ஆமாம் போட்டிக்கு தேவையான பேப்பர் பென்சில் அடிஸ்கேல் எல்லாம் வாங்கிட்டியா கதிரு ? "

"இன்னிக்கு முருகேஷன் மாமா கூலி தருவாரு பால்லு... அந்த ரூபாயில் வாங்கிடுவேன். நாளைக்கு நாம பள்ளிக்கூடத்துக்கு வரும்போது... வாங்கியந்துருவோம்... சரியா ? "

"ம்... சரிடே கதிர். " என்றான் பால்ராஜ்.

மாலை பள்ளி முடிந்ததும்... வீட்டிற்கு வந்தான் கதிர். முகம் கழுவி வேலைக்குச் செல்ல தயாரானான். அப்போது அங்கே ராசு வந்தான்.

"கதிரு... இன்னிக்கு நீ வேலைக்கு போக வேண்டாம். நாம நாளைக்கு விடியங்காத்தால வர பஸ்சுல... உங்க அத்தை ஊருக்கு போகப்போறோம். அதனால இன்னிக்கு நீ வீட்டுல இரு.. சீக்கிரம் தூங்கு... அப்பதான் காலையில் சீக்கிரம் எழுந்திரிக்க முடியும். " என்றான் ராசு.

"அப்பா... எனக்கு போட்டி இருக்கு... என்னால எப்படி வர முடியும்.... இந்த போட்டிக்காக தானே இத்தனை நாள் காத்திருந்தேன். " என்றான் கதிர் படபடப்பாக.

"கதிரு.. போட்டி நாளானைக்கு தானே... நாம நாளைக்கு சாய்ந்திரமே அங்க இருந்து கிளம்பிடுவோம். "

"ஆனா... ஆனா.. நான் எழுதிப்பார்க்கனுமே.. " என்றான் தயங்கி தயங்கி.

"அங்க வந்து எழுதி பாரு... உன் நோட்டு புத்தகத்தை எடுத்துக்கோ.. "

"அப்பா.. வாத்தியாரு.. " என்றவன் இழுக்க...

"நான் வாத்தியாருக்கிட்ட பேசிக்கறேன். "

"இல்லப்பா... அது... நான்.. இங்கையே இருக்கேனே... "

"எடேய்... போனா போகட்டும்னு விட்டா.. பேசிக்கிட்டே போற... உன்னை இங்க தனியா விட்டுட்டு நாங்க எப்படி அங்க போக முடியும்... பேசாம வா.. இல்ல தோலை உரிச்சிப்புடுவேன். " என்று மிரட்டினான் ராசு.

கதிர் அமைதியாக நிற்க... வடிவு அவனருகே வந்தாள். "ஏன் கண்ணு இப்படி எதிர்த்து பேசற... உன் ஆசைக்கு நாங்க குறுக்க நிக்கலையே.. நாளைக்கு ஒருநாள் தான் அங்க இருக்க போறோம்... சாயந்திரமே கிளப்பிடலாம்... உன்னை விட்டுட்டு போனா.. உன் அத்தையும் மாமானும் கோச்சிப்பாங்க. அதுவும் இல்லாம நீ தனியா எப்படி இங்க இருக்க முடியும். வெடியக் காலையில் போயிட்டு இருட்றதுக்குள்ள வீடு திரும்பிடுவோம்... சரியா... ? " என்று அன்பாக பேசி அவன் தலையை வருடிவிட்டாள்.

வேறு வழி இல்லாமல் கதிரும் அதற்கு சம்மதித்தான். ராசு வடிவிடம்... "புள்ள எல்லாத்தையும் எடுத்து வை... காலையில் அவுதியில் மறந்திடப்போறோம். நான் போய் சீரு தட்டுல வைக்க தேங்காய் வாங்கிட்டு வந்திடறேன். பிள்ளைக்களை பார்த்துக்கோ... " என்றுவிட்டு வெளியேறினான்.

கதிரு மெல்ல வடிவை அனுகி அவள் தோளை சுரட்டினான். "அம்மா.. அம்மா.. " என்றவன் குரலுக்கு வடிவு.. "சொல்லு கதிரு.. " என்றிட.

"அம்மா , இன்னிக்கு முருகேஷன் மாமா கூலி தருவாரும்மா... அதை மட்டும் போய் வாங்கிட்டு வந்திடறேன் அம்மா. ஏன்னா... நாளானைக்கு போட்டியில கலந்துக்க பேப்பர் பென்சில் வாங்க காசு வேணும்... " என்று கெஞ்சலாக கேட்டு நின்றான்.

"சரி போயிட்டு வெரசா வா.. உங்க அப்பா வந்தா கத்துவாரு. " என்று அனுமதி தந்தாள் வடிவு. புன்னகையுடன் தன் தாயின் கன்னத்தில் முத்தமிட்டவன்... சிட்டாக பறந்தான் முருகேஷன் மாமாவின் கடைக்கு.

மூச்சிறைக்க வந்து நின்றவனை கண்ட முருகேஷன்.. "எடேய் உங்க அப்பா இப்பதான் நீ இரண்டு நாளைக்கு வேலைக்கு வரமாட்டேன்னு சொல்லிட்டு போனான்... நீ அதுக்குள்ள வந்து நிக்கற.. " என்றிட.

"இல்ல மாமா... இன்னிக்கி நீங்க வாரக்கூலி தருவீங்க தானே... அதை வாங்க வந்தேன். "

"ஏன்டே... ஊருக்கு போயிட்டு வந்து வாங்கிக்கறது... இப்பவே வாங்கனும்னு என்ன அவசரம். ஒருவேளை உன் அத்தை மகளுக்கு ஏதாவது பரிசு வாங்கனும்னு கேட்கறியோ... ? " என்று புன்னகையுடன் கேட்டபடியே வாரக்கூலியை கொடுக்க கல்லாப் பெட்டியை திறந்தார் முருகேஷன்.

"அப்படி எல்லாம் இல்ல மாமா... எனக்கு நாளானைக்கு போட்டி இருக்கு... ஊருக்கு போயிட்டு வந்து கூலி வாங்க நேரம் இருக்காது... இந்த கூலி ரூபாவில் தான் போட்டிக்கு தேவையான பேப்பர் பென்சில் அடிஸ்கேல் எல்லாம் வாங்கனும்... அதான் அவசரமா ஓடி வந்தேன். " என்றான் கதிர்.

அவன் முன் யோசனை அவருக்கு பிடித்தப் போனது. "எல்லாத்தையும் யோசிச்சி செய்யற கதிரு... நல்ல பையன்.. பொறுப்பான பையன். இந்தா.. இந்த வாரக்கூலி.. " என்று கூறியபடியே கொடுத்தார் முருகேஷன்.

"நன்றி மாமா... நான் இரண்டு நாள் கழிச்சி... கண்டிப்பா வேலைக்கு வந்திடுவேன். " என கூறிவிட்டு தன் இல்லம் நோக்கி ஓடினான் கதிர்.

வந்தவன் தன் உண்டியலில் அந்த ரூபாயை போட்டுவிட்டு தன் தாய் வடிவுக்கு பொருட்களை எடுத்து வைக்க உதவினான். மறுநாள் காலை முதல் வண்டியில் அனைவரும் ராசுவின் தங்கையின் ஊருக்கு கிளம்பினர்.

"அம்மா , நாம சாயந்திரம் கிளம்பிடுவோம் தானே... " என்று ரகசியமாக வடிவிடம் கேட்டான் கதிர்.

"கிளம்பிடுவோம் கதிரு... கவலைப்படாதே. "

"ஒரு வேளை அத்தே இராத்திரி இருந்திட்டு போகச் சொன்னா... என்ன பண்ணுவோம். ? "

"அதெல்லாம் சொல்ல மாட்டாங்க கதிரு. "

"ஏன் ? ஏன் சொல்ல மாட்டாங்க. ? "

"அது விருந்துக்கு நிறைய பேர் வருவாங்க... அவங்க நாத்தனார் கூட வருவாங்க... இப்ப அவங்களை கவனிச்சிக்கவே அத்தைக்கு நேரம் சரியா இருக்கும்... அதனால நாம கிளம்பறோம்னு சொன்னா.. அத்தை இப்ப இருக்க சொல்லி கட்டாயப்படுத்த மாட்டாங்க. அப்புறம் இன்னொரு நாள் சாவகாசமா வரச்சொல்லு வாங்க.... அதனால நீ அமைதியா வா.... அங்க வந்து இதையே கேட்டு உங்க அப்பாவுக்கு கோபத்தை ஏற்படுத்தாதே... புரியுதா ? " என்று வடிவு சற்றே கண்டிப்புடன் கூற...

"ம்... " என்ற கதிர் அதன்பின் அதை பற்றி கேட்கவே இல்லை. முக்கால் மணி நேர பயணத்திற்கு பிறகு... பஸ் அவர்களின் அத்தையின் ஊரில் நின்றது. பேருந்து நிறுத்ததில் இருந்து... இறங்கி உள்ளே செல்ல வேண்டும் ஐவரும் இறங்கி நடக்கத் தொடங்கினர்.

" முத்து வீட்டு விஷேசத்திற்கு வந்தீங்களா ? " என கேட்டபடியே அவர்களை கடந்தார் ஒரு பெரியவர். அதற்கு ராசுவும்.. "ஆமாங்க... " என்றபடியே நடந்தான்.

சில நிமிட நடை பயணத்திற்கு பிறகு கதிர் அத்தை செல்வியின் வீடு தெரிந்தது. "கதிரு , அங்க பாரு.... அதான் அத்த வூடு.. " என்றாள் வடிவு.

அவர்களை கண்டுவிட்ட செல்வி... ஓடி வந்து வரவேற்றாள். "அண்ணே.. அண்ணி.. வாங்க.. வாங்க.. " என்றவள் மலர்ந்த முகத்துடன் கூற.. அவர்களும் மலர்ச்சியுடன் தலையாட்டி அவளின் இல்லம் நுழைந்தனர்.

"வாங்க மச்சான்.. " என்ற முத்து வடிவை பார்த்து.. "வாங்க அக்கா.. " என கூறி வரவேற்றான். வடிவு உள்ளே செல்ல.. ராசு வெளியில் இருந்த சிறிய மண் திண்ணையில் அமர்ந்தான். பிள்ளைகள் மூவரும் தந்தையுடன் திண்ணையிலேயே அமர்ந்துக்கொள்ள.... அவர்களுக்கு குடிக்க நீரும்... தேநீரும் கொண்டு வந்தாள் செல்வி.

அதன் பின் உறவினர்கள் ஒவ்வொராக வர ஆரம்பித்தனர். அனைவரும் அவர்களை வரவேற்பதிலும்.. விஷேசத்தை நடத்துவதிலும் கவனமாக இருக்க... கதிர் தன் தம்பிகளை பார்த்துக்கொண்டு அமர்ந்திருந்தான்.

செல்வியின் மகளுக்கு ராசுவின் மடியில் அமர்த்தி மொட்டை போட்டு காது குத்தினர். அவளுக்காக ராசு வாங்கி வந்திருந்த அழகான நட்சத்திர தோடு அவள் காதுகளுக்காவே செய்தது போல அம்சமாக இருந்தது.

"மருமகளுக்கு தோடு அம்சமா பொருந்தி இருக்கு மாமா... " என்றாள் வடிவு ராசுவின் காதருகே வந்து... "ஆமாம் புள்ள... நல்லா இருக்கு.. ஆனா சின்னதா இருக்கோ... அப்படின்னு தோணுது... " என்று வருத்தமாக கூறினான் ராசு.

"சின்ன பிள்ளைக்கு சின்னதா இருந்தா தானே அம்சமா இருக்கும் மச்சான். " என்றபடியே அவர்களை நெருங்கினான் முத்து.

"அது இல்ல மாப்பிள்ளை... கேட்ட இடத்தில் காசு கம்மியா தான் கொடுத்தாங்க... நான் கேட்ட ரூபா கிடைச்சிருந்தா இன்னும் கொஞ்சம் பெருசா வாங்கி வந்திருப்பேன். " என்றான் ராசு சங்கடத்துடன்.

"அவ உங்க மருமக மச்சான். அவளுக்கு நீங்க செய்யாம வேற யாரு செய்யப்போறா சொல்லுங்க... இன்னும் எத்தனை விஷேசம் இருக்கு... இப்போதைக்கு அவளுக்கு இதுதான் அழகா இருக்கு. நீங்க ஒண்ணும் சங்கப்படாதீங்க. " என்று முத்து கூற ராசுவின் மனதில் சிறிய நிம்மதி பிறந்தது.

"சரி வாங்க சாப்பிடலாம்.. " என கூறி ராசுவை அழைத்துச் சென்றான் முத்து.

விஷேசம் முடிந்து உறவினர் அனைவரும் செல்லவே மாலையாகி விட்டது. நேரம் ஆக ஆக... கதிர் மனம் வேகமாக துடிக்க ஆரம்பித்தது. அவன் தவிப்பை முகத்தில் படித்தாள் வடிவு.

ராசு பேச்சு சுவாரசியத்தில் இருக்க... அவனை எதிரே சென்று ஜாடை செய்தாள். அவளை கவனித்த ராசு... திரும்பி கதிரை பார்த்தான். அவன் தவிப்போடு தன்னையே பார்த்தபடி இருப்பதை கவனித்தவன்... செல்வியிடம் சென்று கிளம்புவதாக கூறினான்.

"செல்விம்மா.. நாங்க கிளம்பறோம். "

"என்ன அண்ணே இப்பவே கிளம்பறேன்னு சொல்றீங்க. இராத்திரி இருந்திட்டு நாளைக்கு போகலாம். " என்றாள் செல்வி.

அதை கேட்ட கதிர் மனம் சொல்லில் அடங்காத பயத்திற்கு ஆளானது.

அத்தியாயம் - 9

செல்வி "அண்ணே இருந்திட்டு நாளைக்கு போகலாம்.. " என கூறியதும் பயத்தில் விழி பிதுங்கி நின்றான் கதிர்.

அவன் கண்கள் அவனை கேட்காமலாயே கண்ணீரை சிந்தியது. அதை கட்டுப்படுத்த முடியாமல் ஓ..வெ.. அழ ஆரம்பித்தான் கதிர்.

அவன் அழத் தொடங்கியதும் அனைவரும் அதிர்வுடன் அவனை நோக்கி வந்தனர். "கதிரு.. என்னாச்சுடே.. ஏன் அழுவுறே.. ? " என்ற வடிவு அவன் உடலை ஆராய்ந்தாள். ஏதேனும் அடிபட்டு உள்ளதா என்று. அப்படி எதுவும் தென்படவில்லை ஆதலால் அவனிடமே விசாரித்தாள்.

"கண்ணு ஏன் அழுகறே ? கீழ விழுந்திட்டியா என்ன ? அடிகிடி பட்டுடிச்சா கண்ணு.. " என்று கேட்டவளுக்கு மௌனத்தை பதிலாக தந்தான் கதிர்.

"மருமவனே.. என்னாச்சுன்னு சொல்லு... " என்று முத்து அவனிடம் வினவ.. அதற்கும் பதில் அளிக்காமல் நின்றான்.

கதிர் அமைதியாக இருக்கவே.. அவன் அழுகையின் காரணம் உணர்ந்தான் ராசு. "மாப்பிள்ளை அவனுக்கு ஒண்ணுமில்ல... செல்வி இருந்திட்டு போகச் சொல்லிச்சு இல்ல... அதுக்காக அழறான். " என்றான் ராசு.

"ஏன் மருமவனே.. உனக்கு இங்க இருக்க பிடிக்கலையா.. ? காலையில் இருந்து நானும் பார்க்கறேன் எங்களோட ஒட்டாமையே இருக்கீங்களே ? ஏன் ? " என்று முத்து கேட்க...

"அப்படி எல்லாம் இல்லீங்க மாப்பிள்ளை.. அவனுக்கு நாளைக்கு போட்டி ஒண்ணு இருக்கு. அதுல கலந்துக்க ஒரு மாசமா பயற்சி எடுத்துக்கிட்டு இருக்கான். இன்னைக்கு இங்க வந்ததில் இருந்து பயம்.. எங்க நாளைக்கு போட்டியில் கலந்துக்க முடியாம போயிடுமோன்னு.. அதான் இப்படி இருக்கான். " என்று ராசு கூற... முத்து கதிரை நெருங்கினான்.

"மருமவனே... நீங்க நல்லா படிக்கறது எங்களுக்கு சந்தோஷம் தான். பெரிய படிப்பெல்லாம் படிச்சு.. நீங்க பெரிய ஆளா வரனும். அழு-வாதீங்க... உங்களை இப்பவே அனுப்பி வைக்கறேன்." என்று கதிரிடம் கூறிய முத்து... " செல்வி , போய் பலகாரம் எல்லாம் எடுத்து தூக்கு சட்டியில் போட்டு எடுத்திட்டு வா... கடைசி பஸ்சு வர நேரம் நெருங்கிடுச்சு.. இப்ப போனா தான் அதை பிடிக்க முடியும். " என்றான்.

செல்வியும் மறுப்பு கூறாமல் எழுந்து வீட்டிற்குள் சென்றாள். தேங்காய் பழத்தை கூடை பையில் போட்டவள் பலகாரங்களை எடுத்து தூக்கு சட்டியில் போட்டாள். இரண்டையும் கொண்டுவந்து அண்ணி கைகளில் கொடுத்தவள் கதிரிடம் குனிந்து... " மருமவனே , போட்டியில் நீ ஜெயிச்சு கோப்பையோட எங்க வீட்டுக்கு வரனும். வந்து இரண்டு நாளாவது இருக்கனும் சரியா... " என்று செல்வி கேட்க

"இல்ல அத்த.. " என்றான் கதிர்.

"ஏன் ? இங்க வர மாட்டியா ? " என்றவளிடம்..

"இல்ல அத்த.. போட்டியில் ஜெயிச்சா கோப்பை தரமாட்டாங்க... அதுக்கு பதிலா ஹீரோ... பேனா.. தருவாங்க. அது எப்படி இருக்கும் தெரியுமா அத்த ? அதோட மினு மினுப்பு கண்ணை பறிக்கும். அதுல எழுதினா எழுத்து அழகா வரும். நான் எங்க வாத்தியாரு எழு-தும் போது பார்த்திருக்கேன்... எத்தனை அழகா இருக்கும் தெரியுமா ? நான் போட்டியில் ஜெயிச்சு அந்த பேனாவை வாங்கனும். அடுத்த வருஷம் ஆறாம் வகுப்பு போகப்போறேன் இல்ல... அப்ப பேனாவில் தான் எழுதனுமாம். அதுக்கு இந்த பேனா கிடைச்சா.. நான் ரொம்ப சந்தோஷப்படுவேன். இந்த பேனா என்கிட்ட இருந்தா... எல்லோரும் என்னை உயர்வா பார்ப்பாங்க. " என்று விழிகள் விரித்து பேசினான் கதிர்.

அவனுக்கு நெட்டி முறித்து திருஷ்டி கழித்த செல்வி... "நீ ஜெயிப்ப கதிரு... " என்று வாழ்த்தும் கூறினாள். அதன்பின் அவர்கள் கிளம்ப... முத்துவும் அவர்களுடன் பேருந்து நிறுத்தம் வரை வந்தான். அவர்கள் வந்த நேரம் பேருந்தும் சரியாக வந்துவிட்டது.

"நல்லவேளை சரியான நேரத்துக்கு வந்திட்டோம். " என்றான் முத்து. அவர்கள் பேருந்தில் ஏறியதும்... "மருமவனே பயப்படாம போட்டியில் கலந்துக்கோங்க... நீங்க ஜெயிப்பீங்க... நாங்க நம்பறோம். ஜெயிச்சுட்டு போனாவோட வந்து எங்களை பார்க்கனும் சரியா ? " என்றிட.. கதிரும் புன்னகையுடன் சரி என்று தலையசைத்தான். அனைவரும் கையசைத்து முத்துவிடம் இருந்து விடை பெற்றிட... பேருந்தும் கிளம்பி-யது.

ஏதோ ஒரு நிம்மதி கதிரின் மனதை அடைந்தது. அந்த நிம்மதியில் கண்களை மூடினான். காலையில் இருந்து அதீதி மன அழுத்தத்தில் இருந்ததால்... உறக்கம் அவனை எளிதாக தழுவியது. பேருந்திலேயே அயர்ந்து தூங்கிவிட்டான். பேருந்தில் இருந்து அவனை தோள் மேல் தூக்கிக்கொண்டு வீட்டிற்கு நடந்தான் ராசு. வடிவு இளைய மகனை தோளில் தூக்கிக்கொள்ள... இரண்டாம் மகன் வடிவின் கையை பிடித்த-படியே நடந்து வந்தான்.

மறுநாள் பொழுது விடிந்தும் எழாமல் படுத்திருந்த கதிரை எழுப்பினாள் வடிவு. "கதிரு... நேரமாகிடுச்சு கண்ணு.. எழுந்திரி.. போட்டிக்கு போகனும்னு சொன்னியே... " என்றபடியே அவனை தொட.... உடல் அனலாக கொதித்தது.

"ஐய்யோ மாமா.. புள்ளைக்கு ஜுரம் வந்திடுச்சு... " என்று கூப்பாடு போட்டு ராசுவை அழைத்தாள் வடிவு. குட்டுச்சுவரில் அமர்ந்து தேநீர் பருகிக்கொண்டு இருந்தவன்... எழுந்து உள்ளே ஓடி வந்தான். வடிவின் சத்தத்தில் கதிரும் கண் விழித்திருக்க... பாயில் இருந்து மெல்ல எழுந்து அமர்ந்தான்.

அவனை தொட்டுப் பார்த்தான் ராசு. உடல் சூடு அதிகமாகவே இருந்தது. "நேத்து பயந்த பயந்ததில் ஜுரம் வந்திடுச்சு வடிவு. நீ கவலைப்படாதே... " என்ற ராசு

"கதிரு... ஜுரமா இருக்கே... எப்படி பள்ளிக்கூடத்திற்கு போவே.. எப்படி எழுதுவே ? " என்று வருத்தமாக கேட்டான்.

"நான் போவேன் அப்பா... பள்ளிக்கூடத்துக்கு போனா எனக்கு சரியாகிடும். பால்ராஜ் வருவான் அவனோட போயிடுவேன். " என்றான் கதிர் மெல்லிய குரலில்.

அவன் தலையை வருடிக்கொடுத்த ராசு... " கண்ணன் டாக்டர் வீட்டில் இருக்காறான்னு பார்த்திட்டு வரேன். அவருகிட்ட போய் ஒரு ஊசி போட்டா... உனக்கு கொஞ்சம் நல்லா இருக்கும். வடிவு புள்ளைக்கு அரிசி கஞ்சி காய்ச்சுக் கொடு... நான் வந்திடறேன். " என்றுவிட்டு வெளியேறினான் ராசு.

வடிவு கதிரை அழைத்து வந்து முகம் கழுவிட்டாள். சற்று நேரத்தில் அங்கு வந்த ராசு.. கதிரை தூக்கிக்கொண்டு மருத்துவரின் இல்லம் நோக்கி சென்றான். கதிரை பரிசோதித்த மருத்துவர் .. " சாதாரண ஜுரம் தான்.. பயப்பட வேண்டாம். நான் மாத்திரை தரேன். சாப்பிட வெச்சி கொடுங்க... உடம்பு சரியாகிடும். " என்றார்.

"ஊசி போடுவீங்களா ? " என்று கதிர் பயத்துடன் கேட்க.

"ஊசி போட்டா... கொஞ்சம் சீக்கிரம் சரியாகிடும்.. இல்லன்னா லேட்டாக்கும். " என்றார் மருத்துவர் சிரிப்புடன்.

"எனக்கு இன்னைக்கு போட்டி இருக்கு டாக்டர்... அதுல கலந்துக்கனும்... ஏதாவது பண்ணுங்க. கை நடுங்க கூடாது... கை நடுங்கினா எழுத்து அழகா வராது. " என்றான் கதிர் கெஞ்சலுடன்.

அவன் தலையை தொட்ட மருத்துவர்.. "அப்ப ஊசி போட்டுக்கறியா ? " என்று கேட்க... அவனும் சரியென தலையசைத்தான். மருத்து-வரும் அவனுக்கு ஊசி போட.... ஊசிய எடுத்து மருந்தை அதில் ஏற்றினார். அதை பார்த்ததும் கதிருக்கு பயம் வந்து தொண்டையை கவ்-வியது. காற்று வாயை அடைத்துக்கொண்டது. கண்களை இறுக்க மூடிக்கொண்டான். ராசு அவன் டவுசரை கீழே இறக்கிவிட்டு... அவனை தன் மார்போடு அணைத்துக்கொண்டு நின்றான். மருத்துவர் கதிருக்கு ஊசியை போட.... அவனிடம் இருந்து சிறிய அலறலுடன் கண்ணீரும்

வெளியேறியது.

ஊசி போட்ட இடத்தை நன்றாக தேய்த்துவிட்டான் ராசு. மருத்துவருக்கு நன்றி கூறி அங்கிருந்து வெளியே வந்தான் ராசு. அவன் தோளில் இருந்த கதிர்... தன் பின்புறத்தை தடவிய படி இருந்தான். "ரொம்ப வலிக்குதா கதிரு ? " என்று ராசு கேட்க. "ம்.. " என்றான் கதிர்.

"கொஞ்ச நேரத்தில் கடுகடுப்பு குறைஞ்சிடும். கவலைப்படாதே... சரியா. " என்று தேறுதல் கூறினான் ராசு. வீட்டிற்கு வந்த கதிருக்கு சூடாக அரிசி கஞ்சியை கொடுத்தாள் வடிவு. அதை குடித்ததும் கதிருக்கு சற்றே தெம்பாக இருந்தது.

"அம்மா.. கை கால் கழுவிக்கிட்டு பள்ளிக்கூடத்துக்கு கிளம்பறேன். " என்றவனிடம்... "கதிரு , இன்னைக்கு நானே உன்னை பள்ளிக்கூடத்துக்கு கூட்டிக்கிட்டு போறேன். " என்றான் ராசு.

முகம் மலர தந்தையை பார்த்த கதிரு... புன்னகையால் ராசுவிற்கு நன்றி கூற... "போ.. போய் கை கால் கழுவிட்டு வா... " என்று அனுப்பினான் ராசு.

ராசுவுடன் மதிவண்டியில் பள்ளி நோக்கி கிளம்பினான். அவர்கள் செல்லும் போது வகுப்பு ஆரம்பமாகி இருந்தது. நீலகண்டன் வாத்தியாரு வகுப்பில் இருக்க... அவரை நெருங்கிய ராசு நடந்தவைகளை விளக்கமாக கூறினான்.

"ஓ... அப்படியா ? சரி நான் பார்த்துக்கறேன். நீங்க கவலைப்படாதீங்க.. " என்றார் வாத்தியார்.

ராசு நிறைவுடன் அவருக்கு நன்றி கூறி விடைப்பெற்று கிளம்பினான். அதன்பின் கதிரை அழைத்த நீலகண்டன் வாத்தியார்... "கதிரு , மதியம் தான் போட்டி தொடங்குது... நீ அதுவரை பயிற்சி செய்யலாம். போ.. அங்க உட்கார்ந்து எழுதிப்பாரு.. " என கூறி அவனை தனியாக அமர வைத்தார். கதிரும் தன் பயிற்சியை தொடங்கினான்.

இரண்டு வகுப்பு முடிந்திருந்த நிலையில் நீலகண்டன் வாத்தியாரின் வகுப்பிற்கு வந்தார் பியூன். வாத்தியார் அவரிடம் என்ன என்று கேட்க... "சார் , கட்டுரை போட்டி... ரீசஸ் பீரியட் முடிஞ்சதும் ஆரம்பிக்க போகுதாம்... போட்டியில் கலந்துக்கற மாணவர்களை மார்த்தாண்டம் ஐயா ஆசிரியர் அறைக்கு வரச்சொன்னாங்க. " என்றார் அவர். அவரிடம் சரி என்று கூறி பியூனை அனுப்பி வைத்தார் நீலகண்டன்.

அதன்பின் கதிரை அழைத்தவர் , " கதிர் போட்டி இப்பவே தொடங்க போகுது. நீ தயாரா இருக்கியா ? எழுத முடியும் தானே.. " என்று கேட்டார்.

"எழுதிடுவேன் சார்.... இப்ப நல்லா எழுதி பார்த்தேன்... சரியா வந்திடுச்சு சார். நீங்களே பாருங்க. " என்று முகம் மலர தான் எழுதி இருந்த நோட்டை எடுத்து காட்டினான். அதை வாங்கி பார்த்த நீலகண்டன் வாத்தியாருக்கு திருப்தியாக இருந்தது.

"நல்ல எழுதி இருக்க கதிரு. சரி பேப்பர் பென்சில் எடுத்துக்கிட்டு... ஆசிரியர் அறைக்கு போ.. " என்றார்.

அப்போது தான் கதிர்.. தான் பேப்பர் பென்சில் வாங்க மறந்து பள்ளிக்கு வந்துவிட்டதை உணர்ந்தான். அவன் முகம் வெளிரிப் போனது. பயம் கலந்த தயக்கத்துடன்... "சா..ர்.. " என்று நீலகண்டன் வாத்தியாரை அழைத்தான்.

"சொல்லு கதிரு.. " என்றவர் கேட்க

"சார் , காலையில் வர அவசரத்தில் பேப்பர் வாங்க மறந்து வந்துட்டேன்... இப்ப என்ன பண்ணறதுன்னு தெரியல சார்.. " என்றவனை கண்டு அதிர்ந்து நின்றார் வாத்தியார் நீலகண்டன்.

அத்தியாயம் - 10

"என்னடே சொல்றே... பேப்பர் இல்லாம எப்படி எழுதுவே ? " என்ற வாத்தியார் சற்றே யோசித்து... "சரி நான் பேப்பர் தரேன்... நீ பென்சில் ரப்பரோட ஆசிரியர் அறைக்கு வந்திடு... " என்றுவிட்டு வேகமாக வகுப்பறை விட்டு வெளியேறினார்.

"எடேய் கதிரு... பென்சில் இருக்கா ? " என்று கேட்டான் பால்ராஜ்.

தன் கையில் இருந்த சிறிய பென்சிலை காட்டினான் கதிர். "இதுல எப்படிடே வேகமா எழுதுவே.. " என்ற பால்ராஜ்... தன் பென்சில் டப்பாவில் எடுத்தான். அதில் பாதியளவு உயரத்தில் இருந்த பென்சிலை எடுத்தான். அதை பிளேடால் செதுக்கினான். அதன் முனையை கூராகி கதிரிடம் தந்தான்.

"நன்றி பால்லு.. " என்ற கதிரிடம்.. " ரப்பரும் அடிஸ்கேலும் இருக்காடே.... " என்று பால்ராஜ் கேட்க இல்லை என்று தலையசைத்தான் கதிர்.

"என்னடே நீ ? "

"அது உடம்பு சரியில்லாம இருந்தால எதையும் வாங்காம வந்திட்டேன். உண்டியலில் இருந்த ரூபாயை கூட எடுக்க மறந்திட்டேன் பால்லு... " என்றான் கதிர் பாவமாக.

"சரி இரு.. " என்ற பால்ராஜ் சாமிகண்ணுவிடம் சென்றான்.

"சாமிகண்ணு... உன் அடிஸ்கேலை கொஞ்ச நேரம் கொடேன்... அவன் எழுதிட்டு வந்து கொடுத்திடுவான். பாவம்... உடம்பு சரியில்லாதால வாங்க மறந்திட்டான்.... " என்று கெஞ்சலாக கேட்டான் பால்ராஜ்.

தனக்காக மற்றவரிடம் மற்றாடும் நண்பனை கண்டு... கதிரின் கண்கள் கலங்கியது. சாமிகண்ணு பெரிய மனது செய்து தன் அடிஸ்கேலை தர முன் வந்தான். "எடேய் , உடைக்காம கொண்டு வரச்சொல்லு... உடைஞ்சி போனா எங்க அப்பா அடிப்பாரு.. " என்றபடியே தந்தான் சாமிகண்ணு.

"நன்றிடே சாமி... நீ நல்லா இருப்ப.... " என்று பெரிய மனித தோரணையில் பேசிய பால்ராஜ்... அடுத்தாக அழிப்பானுக்காக... வேறு ஒரு மாணவியை நாடினான்.

"இந்தா புள்ள மலரு... உன் ரப்பரை கொடேன். உன்கிட்ட தான் வெள்ளை ரப்பர் இருக்கு... அதுவும் புதுசா இருக்கு... அவன் போட்டி முடிச்சதும் தந்திடுவான். வேணும்னா நாளைக்கு உனக்கு புது ரப்பரே வாங்கி தரச் சொல்றேன். அவன்கிட்ட காசு இருக்கு... பாவம் மறந்திட்டு வந்திட்டான். " என்றான்.

அவள் தயங்க... அவளருகே இருந்த தோழி.. "அடியே.. நம்ம கிளாஸில் படிக்கற பையன் பரிசு வாங்கினா.. நமக்கும் பெருமை தானே.. அந்த குமாரு பையன் நம்மை எப்படி எல்லாம் கிண்டல் அடிச்சிருக்கான்... கதிரு போட்டியில் ஜெயிச்சா... அவன் வாயடைச்சு போய்... நம்மை கண்டாலே ஓடிடுவான். " என்றிட.

சற்றே யோசித்த மலர் என்ற அந்த மாணவி... "சரி தரேன்... ஆனா கண்டிப்பா ஜெயிக்கனும். அதே மாதிரி நாளைக்கு புது ரப்பரும் வாங்கித்தரனும்... சரியா ? " என்ற நிபத்தனையோடு அழிப்பானை தந்தாள்.

"நன்றி.. நன்றி.. " என்ற பால்ராஜ்... அடிஸ்கேல் மற்றும் அழிப்பானை கதிரின் கைகளில் தந்து... "வா.. போகலாம். " என கூறி அவன் தோள்களில் கைப்போட்டு ஆசிரியர் அறை நோக்கி அழைத்துச் சென்றான்.

அங்கே மாணவர்கள் வந்திருக்க... ஒவ்வொருவரையும் ஒருவர் பின் ஒருவராக அமர வைத்துக்கொண்டு இருந்தார் மார்த்தாண்டம் வாத்தியார். கதிரை கண்டவர்... "என்னடே வெறும் கையை வீசிக்கிட்டு வந்திருக்க... பேப்பர் பரிட்சை அட்டை எல்லாம் எங்க ? " என்று கேட்க...

"பரிட்சை அட்டையா ? " என கேட்டு அதிர்ந்தான் கதிர்.

"பின்னே பரிட்சை அட்டை இல்லாம பேப்பரை எது மேல வெச்சி எழுதுவே ? " என்றவர் கேட்க... கதிரும் பால்ராஜும் வாயடைத்து நின்றனர்.

"என்னடே இது ? பரிட்சை அட்டை வேணும்னு சொல்றாரு... இப்ப என்ன பண்ணறது. " என்ற பால்ராஜ்... பரிட்சை அட்டையை யாரிடம் கடன் கேட்பது என்று யோசித்தான்.

"கதிரு , உன் தம்பிக்கிட்ட சிலேட்டு இருக்கும் இல்ல... அதை போய் நான் வாங்கி வந்திடறேன். நீ அதை கீழ வெச்சி பேப்பரை அது மேல வெச்சி எழுது... சரியா ? " என்றவன் கதிரின் பதிலை எதிர்பாராமல்... கதிரின் தம்பி படித்துக் கொண்டு இருக்கும் வகுப்பு நோக்கி ஓடினான்.

"ம்... நல்லா இருக்குடே.. எதுவுமே இல்லாம போட்டியில் கலந்துக்க வந்திட்ட. அவன் சிலேட்டு வாங்கி வந்தா மட்டும் பேப்பர் இல்லாம எப்படிடே எழுதுவே... போட்டிக்கு என்ன என்ன வேணும்னு.. உங்க சா..ரு.. சொல்லித்தரலையா... நீ எல்லாம் கலந்துக்கிட்டு எழுதுவே... அந்த கண்றாவியை எல்லாம் பார்த்து திருத்தனுங்கறது என் தலையெழுத்து. " என்ற மார்த்தாண்டம் வாத்தியாரு அலுத்துக்கொள்ள.

"இல்லீங்க.. சார்... போட்டிக்காக வாங்க வேண்டியதை எல்லாம் வாங்க ரூபா சேர்த்து வெச்சிருக்கேன்... ஆனா திடீர்னு உடம்பு சரியில்லாம போயிடுச்சு... அதான் அவசரத்துல மறந்துட்டு வந்திடேன். "

"சாக்கு மட்டும் நல்லா சொல்லுங்கடே... உனக்கு எல்லாம் படிக்கறதே பெரிய விஷயம். இதுல போட்டி எல்லாம் தேவையா ? " என்றவர் கேட்க... கதிர் மனமுடைந்து நின்றான்.

பால்ராஜ் சிலேட்டுடன் அங்கே வந்தான். அந்த சிலேட் அங்கங்கே உடைந்திருந்தது. "இது மேல பேப்பரை வெச்சி துரை அழகா எழுதிடுவாரு... அப்படி தானே ? " என்றவர் கோபமாக கேட்க.. இருவர் முகமும் இருளடைய ஆரம்பித்தது.

அப்போது அங்கே வந்தார் நீலகண்டன் வாத்தியார்... "கதிரு.. இந்தா பேப்பரும் பரிட்சை அட்டையும்.. நல்லா எழுது. " என்றிட... அதை கண்டதும் கதிரின் முகத்தில் அப்பி இருந்த இருள் மறைந்து வெளிச்சம் பரவியது. அச்சம் அகன்று நிம்மதியில் மலர்ந்தது கதிரின் முகம்.

"நன்றி சார்... " என்றவன் அவரிடம் இருந்து பேப்பரையும் பரிட்சை அட்டையையும் பெற்றுக்கொண்டான்.

"தேவையில்லாத யோசனையை ஒதுக்கி வெச்சிட்டு... நிதானமா எழுது கதிரு... ஆல் தீ பெஸ்ட்... " என்றவர் அவனுக்கு ஆசி கூற.. அவனும் புன்னகையுடன் அதை ஏற்றுக்கொண்டு ஆசிரியர் அறைக்குள் சென்றான். அவனையும் வரிசையில் அமர்த்திய மார்த்தாண்டம் வாத்தியார்... அனைவரையும் எழுதும் படி கூறி நேரத்தை தொடங்கினார்.

வெளியே நின்றிருந்த நீலகண்டன் வாத்தியாரை நெருங்கினார் மார்த்தாண்டம் வாத்தியார். " உங்களுக்கே தமிழ் ஒழுங்கா வராம தானே இங்கிலீஷ் படிச்சிருக்கீங்க. இதுல நீங்க எழுதிக்கொடுத்ததை இவன்... அதுவும் பாடத்தையே ஒழுங்கா படிக்க முடியாத இவன் எழுதி பரிசு வாங்கிடுவான்னு எப்படி நம்பறீங்க... ? " என்று நக்கலாக கேட்டார்.

அதற்கு நீலகண்டன் வாத்தியார் மென்னகையை உதட்டில் படரவிட்டு... "ஐயா.. எனக்கு தமிழ் வராம இங்கிலீஷ் படிக்கல. தமிழில் படிக்கற பசங்க இங்கிலீஷ் படிக்க கஷ்டப்படறாங்க... அவங்களுக்கு உதவியா இருக்கனும்னு தான் இங்கிலீஷ் படிச்சேன். தமிழ் மொழி மேல எனக்கு தீராத காதல் இருக்கு. அதை என் மாணவனோட எழுத்தில் நீங்க பாப்பீங்க... அத்தோட அவனும் சாதாரண மாணவன் இல்ல...

நினைச்சதை அடையறதுக்காக எல்லா வகையான முயற்சியும் செய்யறவன். யாரையும் உருவத்தை வெச்சி குறைச்சலா மதிப்பிடாதீங்க. ஏன்னா உருவத்துக்கும் திறமைக்கும் என்னைக்குமே சம்மந்தம் இருக்காது. " என்றார் நீலகண்டன்.

அந்த நேரம் அடுத்த வகுப்பு தொடங்க வேண்டிய மணி அடிக்க... "வரேன் ஐயா... பார்த்துக்கோங்க. " என்றவர் புன்னகையுடன் விடைப்பெற்று நகர்ந்தார்.

செல்லும் அவரையும் அமர்ந்திருக்கும் கதிரையும் மாறி மாறி பார்த்தவர்... "பார்க்கலாம்... என்ன நடக்குதுன்னு.. " என்று மனதில் நினைத்த மார்த்தாண்டம் வாத்தியார்... ஆசிரியர் அறை உள்ளே நுழைந்து அங்கிருந்த நாற்காலியில் அமர்ந்தார்.

கதிர் தன் சிந்தனையை கலைக்காமல்... தன் கட்டுரையை நிதானமாக அழகாக எழுதத் தொடங்கினான். மார்த்தாண்டம் வாத்தியார் நேரத்தை முடிக்கவும்.. கதிர் தன் கட்டுரையை நிறைவு செய்யவும் சரியாக இருந்தது. திருப்தியாக தன் பேப்பரை அவரிடம் சென்று கொடுத்தான். அதை வாங்கிப் பார்த்த மார்த்தாண்டம் வாத்தியாரின் கண்கள் அதிசயத்தில் விரிந்தது. கதிரின் கையெழுத்தும்... வரிகளை வரிசையாக எழுதி இருந்த நேர்த்தியும் அவரை வெகுவாக கவர்ந்தது. அவர் முகத்தில் மெல்லிய புன்னகை கூட பூத்தது.

"பரவாயில்லையே.. நீலகண்டன் சொன்னது போல இவன் கிட்ட ஏதோ விசயம் இருக்கு போலயே... கையெழுத்து மணி மணியா இருக்கே... " என மனதில் நினைத்தவர்.. கதிரிடம்... "நல்லா எழுதி இருக்க. நீ இப்படி எழுதுவேன்னு நான் எதிர்பார்க்கல. வெற்றி பெற என் வாழ்த்துக்கள். " என்றிட.... கதிர் முகத்தில் ஆயிரம் விளக்கின் பிரகாசம் ஒளிர்ந்தது.

"நன்றி சார்.. " என்றவன் அதற்கு மேல் வார்த்தை வராமல் தடுமாறினான். தன்னை அவமானப்படுத்தியவரே.... பாராட்டும் போது கிடைக்கும் ஆனந்தம்... நிச்சயமாக வாய் அடைத்து நிற்க வைக்கும்... என்பதை உணர்ந்தான் கதிர்.

தன் கடமையை சரியாக செய்துவிட்ட கதிர்... முடிவுக்காக காத்திருக்க தொடங்கினான். அந்த நாளும் வந்தது. பள்ளி ஆண்டு விழாவில் போட்டி முடிவுகளை அறிவித்து பரிசு வழங்கிக்கொண்டு இருந்தனர். கட்டுரை போட்டிக்கான முடிவுகள் அறிவிக்கப்பட.. திக் திக் என்றிருந்தது கதிருக்கு. மார்த்தாண்டம் வாத்தியார் தான் அந்த போட்டிக்காக பரிசை அறிவித்துக்கொண்டு இருந்தார்.

"முதல் பரிசு... ஹீரோ பேனா... இந்த பேனாவை பெறும் மாணவன்.... ஐந்தாம் வகுப்பு - 'ஈ' பிரிவை சேர்ந்த.... கதிர். " என்றவர் அறிவிக்க மொத்த பள்ளியும் கைத்தட்ட கதிர்... தன் கனவு நிறைவேறிய ஆனந்தத்துடன் மேடை ஏறினான்.

"இந்த கதிர்... உங்க எல்லோருக்கும் ஒரு எடுத்துக்காட்டு. முயற்சி செஞ்சா முடியாததையும் முடிக்க முடியும்னு உங்களுக்கு நிரூபிச்சி காட்டி இருக்கான். இவனை மாதிரியே நீங்க எல்லோரும் முயற்சி செஞ்சி வெற்றியை அடையனும். அதே மாதிரி மாணவர்களை ஊக்குவிக்கும் ஆசான்களாக நம்மை போன்ற ஆசிரியர்கள் இருக்கனும்னு நிரூபிச்சிருக்காரு நீலகண்டன் சார். அவருக்கும் என் மனமார்ந்த வாழ்த்துக்கள். அவரே மேடைக்கு வந்து... இந்த பரிசை கதிரின் கைகளில் கொடுக்கனும்னு நான் ஆசைப்படறேன். " என மார்த்தாண்டம் வாத்தியார் கூற... நீலகண்டன் வாத்தியார் மேடை ஏறினார்.

"உன்னையும் உயர்த்தி.. என்னையும் உயர்த்திட்ட கதிரு. " என்ற நீலகண்டன் வாத்தியார் அவன் தோள்களை தட்டிக்கொடுத்து... அவன் கைகளில் அந்த பேனாவை பரிசாக கொடுத்தார்.

அதை பெற்றவன் முகத்தில் அத்தனை பூரிப்பு.. மேடையை விட்டு கீழே இறங்கிய கதிர்... அந்த பேனாவை எடுத்து வெயிலில் காட்ட.... அதன் மூடி வெயில் பட்டு தங்கம் போல மின்னியது. அவன் எதிர்காலமும் அந்த பேனாவின் மூடியை போல மின்னட்டும் என வாழ்த்தி கதிரிடம் இருந்து விடைப்பெறுவோம்.

"ஏக்கம் கொண்ட நெஞ்சத்தில் உறுதி இருந்தால் எத்தனை தடைகள் வந்தாலும் அதை உடைத்து தன் நோக்கத்தை அடையும். "

இக்கதையை வாசித்து தொடர்ந்து ஊக்கம் அளித்து கதிரோடு பயணித்த அனைத்து அன்பு நெஞ்சங்களுக்கும் என் மனமார்ந்த நன்றிகள்

மீண்டும் அடுத்த புதினத்தில் சந்திப்போம்.

என்றும் அன்புடன் உங்கள் சகோதரி ,

சுஜாதா நடராஜன்.

நன்றி.

www.ingramcontent.com/pod-product-compliance
Lightning Source LLC
Chambersburg PA
CBHW080243170726
48282CB00031B/1185